KB268847

HÀN QUỐC
Xuất khẩu lao động

베트남 근로자를 위한 한국어

외국어도서전문
1945
글로벌
어학사

Lời mở đầu

Kể từ khi có chế độ tu nghiệp sinh (1994) và chế độ Cấp phép thuê lao động (từ 8/2004), Hàn Quốc đã nhận hàng vạn người lao động Việt Nam.

So với các nước khác, thì lao động Việt Nam chúng ta có phần nhanh nhạy hơn về đầu óc, về khả năng tiếp thu, độ khéo tay, nhưng chúng ta kém hơn về thể lực và đặc biệt là ngôn ngữ.

Trước khi sang Hàn Quốc, người lao động đã học tiếng Hàn trong một thời gian theo giáo trình nhất định, nhưng vốn chữ ấy không là bao nhiêu khi chúng ta thực sự sống và làm việc tại Hàn Quốc. Hơn nữa, ở Hàn Quốc làm việc vất vả, thời gian kéo dài vì thế người lao động không có điều kiên để theo học các lớp tiếng Hàn.

Ngôn ngữ không thông đã dẫn tới rất nhiều khó khăn cho người lao động chúng ta trong mọi mặt: từ công việc cho đến sinh hoạt thường ngày. Với tấm lòng muốn được đồng hành với người lao động, được góp một phần nhỏ bé vào cuộc sống của người lao động nên tôi biên soạn cuốn sách này. Hy vọng cuốn sách này ít nhiều giảm được những khó khăn về ngôn ngữ cho các bạn trong thời gian ở Hàn Quốc.

Khi sinh con, ai cũng muốn con mình hoàn chỉnh, người soạn sách cũng vậy. Mặc dù đã rất cố gắng nhưng với trình độ có hạn, chắc cuốn sách này còn nhiều sai sót, hạn chế. Rất mong và cảm ơn bạn đọc góp ý kiến cho cuốn sách càng được hoàn chỉnh hơn.

Xin cảm ơn Cô Lee Eun Young đã giúp tôi hoàn thành cuốn sách này.

Kính chúc các bạn lao động luôn an toàn, mạnh khỏe, tìm thấy niềm vui và ước mơ trong thời gian sống xa gia đình, Tổ quốc.

Seoul, ngày 20 tháng 08 năm 2006

Trân trọng kính chào

Lê Tạ Trung Vinh

Mục lục
목차

Chương 1
1장

Chương 2
2장

Chương 3
3장

Chương 6
6장

Chương 7
7장

Chương 8
8장

Chương 9
9장

Chương 10
10장

MỞ ĐẦU
시작

1. BẢNG CHỮ CÁI
한글판

Nguyên âm/ phụ âm	ㅏ A	ㅑ IA	ㅓ Ơ	ㅕ IƠ	ㅗ Ô	ㅛ IÔ	ㅜ U	ㅠ IU	ㅡ Ư	ㅣ I
ㄱ K/C	가 Ka	갸 Kia	거 Kơ	겨 Kiô	고 Kô	교 Kiô	구 Ku	규 Kiu	그 Kư	기 Ki
ㄴ N	나 Na	냐 Nia	너 Nơ	녀 Niơ	노 Nô	뇨 Niô	누 Nu	뉴 Niu	느 Nư	니 Ni
ㄷ T/D	다 Ta	댜 Tia	더 Tơ	뎌 Tiơ	도 Tô	됴 Tiô	두 Tu	듀 Tiu	드 Tư	디 Ti
ㄹ R/L	라 Ra	랴 Ria	러 Rơ	려 Riơ	로 Rô	료 Riô	루 Ru	류 Riu	르 Rư	리 Ri
ㅁ M	마 Ma	먀 Mia	머 Mơ	며 Miơ	모 Mô	묘 Miô	무 Mu	뮤 Miu	므 Mư	미 Mi
ㅂ B	바 Ba	뱌 ia	버 Bơ	벼 Biơ	보 Bô	뵤 Biô	부 Bu	뷰 Biu	브 Bư	비 Bi
ㅅ X/S	사 Xa	샤 Xia	서 Xơ	셔 Xiơ	소 Xô	쇼 Xiô	수 Xu	슈 Xiu	스 Xư	시 Xi
ㅇ NG	아 A	야 Ia	어 Ơ	여 Iơ	오 Ô	요 Iô	우 U	유 Iu	으 Ư	이 I
ㅈ CH	자 Cha	쟈 Chia	저 Chơ	져 Chiơ	조 Chô	죠 Chiô	주 Chu	쥬 Chiu	즈 Chư	지 Chi
ㅊ SH	차 Sha	챠 Shia	처 Shơ	쳐 Shiơ	초 Shô	쵸 Shiô	추 Shu	츄 Shiu	츠 Shư	치 Shi
ㅋ KH	카 Kha	캬 Khia	커 Khơ	켜 Khiơ	코 Khô	쿄 Khiô	쿠 Khu	큐 Khiu	크 Khư	키 Khi
ㅌ TH	타 Tha	탸 Thia	터 Thơ	텨 Thiơ	토 Thô	툐 Thiô	투 Thu	튜 Thiu	트 Thư	티 Thi
ㅍ P	파 Pa	퍄 Pia	퍼 Pơ	펴 Piơ	포 Phô	표 Piô	푸 Pu	퓨 Piu	프 Pư	피 Pi
ㅎ H	하 Ha	햐 Hia	허 Hơ	혀 Hiơ	호 Hô	효 Hiô	후 Hu	휴 Hiu	흐 Hư	히 Hi

2. Tôi 저는/나는.
Anh 당신.
Ai 누구.

❖ Tôi là ....
저는/나는 ……입니다.
Chơ nưn/na nưn ....im ni tà

❖ Tôi là con trai chưa vợ
저는/나는 총각입니다.
Chơ nưn/na nưn chông các im ni tà

❖ Tôi đã kết hôn rồi
저는/나는 결혼 했습니다.
Chơ nưn/ na nưn kiơ rôn hét xưm ni tà

❖ Tôi 30 tuổi
저는/나는 서른 살입니다.
Chơ nưn/ na nưn xơ rưn xa rim ni tà

❖ Tôi còn trẻ
저는/나는 아직 젊습니다.
Chơ nưn/na nưn a chic chơm xưm ni tà

❖ Tôi là bạn của anh
저는/나는 당신의 친구입니다
Chơ nưn/na nưn tang xin ưi chin cu im ni tà

❖ Tôi là người Việt Nam
   저는/나는 베트남 사람입니다.
   Chơ nưn/na nưn bêthư nam xa ram im ni tà

❖ Tôi đến Hàn Quốc để kiếm tiền
   저는/나는 한국에 돈 벌러 왔습니다.
   Chơ nưn/na nưn han cu kê tôn bơ lơ oát xưm ni tà

❖ Tôi không có người quen ở Hàn Quốc
   저는/나는 한국에 아는 사람이 없습니다.
   Chơ nưn/na nưn han cu kê a nưn xa ra mi ợp xưm ni tà

❖ Tôi sẽ chịu trách nhiệm
   제가 책임을 지겠습니다.
   Chê ca che ki mưl chi kết xưm ni tà

❖ Tên của anh là gì?
   당신의 이름이 무엇입니까?
   Tang xin ưi i rư mi mu ơ xim ni cá?

❖ Cậu hãy còn là thiếu niên?
   당신은 소년입니까?
   Tang xi nưn xô niơn im ni cá?

❖ Anh là quân nhân à?
   당신은 군인 입니까?
   Tang xi nưn cun in im ni cá?

❖ Anh là người Hàn Quốc?
   당신은 한국 분/사람입니까?
   Tang xi nưn han cúc bun/ xa ram im ni cá?

❖ Anh là bạn của tôi
당신은 나의 친구입니다
Tang xi nưn na ưi chin cu im ni tà

❖ Tuổi của anh thế nào?
당신의 나이가 어떻게 됩니까?
Tang xin ưi na i ka ơ tớt kê tuêm ni cá?

❖ Anh đã đúng
당신이 옳습니다
Tang xi ni ôl xưm ni tà

❖ Tôi nghĩ rằng lời nói của anh là sai
당신의 말이 틀린다고 생각합니다.
Tang xin ưi ma ri thư lin ta cô xeng các hăm ni tà

❖ Anh không có sai
당신이 틀림없습니다.
Tang xi ni thư lim ợp xưm ni tà

❖ Anh suy nghĩ thế nào?
당신의 생각은 어떻습니까?
Tang xin ưi xeng ca cưn ơ tớt xưm ni cá?

❖ Tôi rất thất vọng về anh
당신에게 매우 실망했습니다.
Tang xi nê kê me u xil mang hét xưm ni tà

❖ Ai?
누구?
Nu ku

❖ Anh là ai?
   당신은 누구입니까?
   Tang xi nưn nu ku im ni cá?

❖ Người con gái đó là ai?
   저 여자는 누구입니까?
   Chơ dơcha nưn nu ku im ni cá?

❖ Anh đã đánh ai?
   누구를 때렸습니까?
   Nu ku rưl te riớt xưm ni cá?

❖ Ai đã đánh anh?
   누가 때렸습니까?
   Nu ka te riớt xưm ni cá?

❖ Ai đã mang đi?
   누가 가지고 갔습니까?
   Nu ka ka chi cô cát xưm ni cá?

❖ Ai sẽ đi?
   누가 가겠습니까?
   Nu ka ca kết xưm ni cá?

❖ Ai sẽ làm?
   누가 하겠습니까?
   Nu ka ha kết xưm ni cá?

❖ Ai đã thắng?
   누가 이겼습니까?
   Nu ka i kiớt xưm ni cá?

❖ Ai đã đánh anh ấy?

누가 그 분을 때렸습니까?

Nu ka cư bu nưl te riớt xưm ni cá?

❖ Ai đã kích động?

누가 선동을 했습니까?

Nu ka xơn tông ưl hét xưm ni cá?

❖ Người con trai mới đi lúc nãy là ai?

방금 갔던 남자가 누구입니까?

Bang cưm cát tơn nam cha ka nu ku im ni cá?

❖ Vì ai mà anh mua những thứ này?

누구를 위해 당신은 그것들을 샀습니까?

Nu ku rưl uy he tang xi nưn cư cơ tư rưl xát xưm ni cá?

❖ Anh thích ai nhất?

당신은 누구를 가장 좋아합니까?

Tang xi nưn nu ku rưl ka chang chô a hăm ni cá?

❖ Vì ai mà anh nổi nóng?

누구 때문에 화가 났습니까?

Nu ku te mu ne hoa ca nét xưm ni cá?

❖ Anh đã cho ai cái đó?

누구에게 그것을 주었습니까?

Nu ku ê kê cư cơ xưl chu ớt xưm ni cá?

❖ Đây là sách của ai?

이것은 누구의 책입니까?

I cơ xưn nu ku ưl chéc im ni cá?

❖ Cái này là của ai?
이것은 누구의 것입니까?
I cơ xưn nu ku ưi cơ xim ni cá?

❖ Anh thích tranh của ai nhất?
누구의 그림을 가장 좋아합니까?
Nu ku ưi cư ri mưl ka chang chô a hăm ni cá?

3. Anh ấy 그분은/그는.
Chị ấy 그녀는.

❖ Anh ấy là ....
그는/그분은 ….입니다.
Cư nưn/cư bu nưn .....im ni tà

❖ Ông ấy là giám đốc của tôi
그분은 저의 사장님입니다.
Cư bu nưn chơ ưi xa chang nim im ni tà

❖ Anh ấy là giáo sư
그는 교수입니다
Cư nưn kiô xu im ni tà

❖ Ông ấy là cậu của tôi
그는 제 삼촌입니다
Cư nưn chê xam chôn im ni tà

❖ Anh ấy là con trai
그는 남자입니다.
Cư num nam cha im ni tà

❖ Anh ấy là bạn của tôi
그는 나의 친구입니다.
Cư num na ưi chin cu im ni tà

❖ Anh ấy đã giúp đỡ tôi rất nhiều
그는 저에게 많은 도움을 주셨습니다.
Cư num chơ ê kê ma num tô u mưl chu xiớt xưm ni tà

❖ Anh ấy là kẻ nói dối
그는 거짓말쟁이 입니다.
Cư num kơ chít man cheng i im ni tà

❖ Anh ấy là nhà giàu
그는 부자입니다.
Cư num bu cha im ni tà

❖ Anh ấy là người tài giỏi.
그는 대단한 사람입니다.
Cư num te tan han xa ram im ni tà

❖ Chị ấy là ....
그녀는 ……입니다.
Cư niơ num .....im ni tà

❖ Chị ấy là hộ lý
그녀는 간호사입니다.
Cư niơ num kan hô xa im ni tà

❖ Chị ấy là người tốt
그녀는 좋은 사람입니다.
Cư nơ nưn chô hưn xa ram im ni tà

❖ Chi ấy rất đẹp
그녀는 아주 예쁩니다.
Cư nơ nưn a chu dê bưm ni tà

❖ Cô ấy là người yêu của tôi
그녀는 저의 애인입니다.
Cư nơ nưn chơ ưi e in im ni tà

❖ Chị ấy rất e lệ
그녀는 얌전합니다.
Cư nơ nưn iam chơn hăm ni tà

❖ Cô ấy kết hôn rồi
그녀는 결혼했습니다.
Cư nơ nưn kiơ rôn hét xưm ni tà

❖ Cô ấy đã kết hôn với người Hàn Quốc
그녀는 한국사람과 결혼했습니다.
Cư nơ nưn han cúc xa ram cua kiơ rôn hét xưm ni tà

❖ Chị ấy rất thân thiện
그녀는 아주 친절합니다.
Cư nơ nưn a chu chin chơi hăm ni tà

❖ Trí nhớ của chị ấy rất tốt
그녀는 기억력이 좋습니다
Cư nơ nưn ki ớc riơ ci chốt xưm ni tà

❖ Chị ấy gần như không có thời gian
그녀는 시간이 거의 없습니다.
Cư nio nưn xi ca ni kơ ưi ợp xưm ni tà

4. Cái đó 그것.
Cái kia 저것.
Cái này 이것.

❖ Cái đó là ...
그것은 ….입니다.
Cư cơ xưn …..im ni tà

❖ Cái đó là cái là cái bút chì
그것은 연필입니다.
Cư cơ xưn iơn phil im ni tà

❖ Cái đó rất đắt
그것은 너무 비쌉니다.
Cư cơ xưn nơ mu bi xăm ni tà

❖ Cái đó là sách của tôi
그것은 나의 책입니다.
Cư cơ xưn na ưi chéc im ni tà

❖ Cái đó qúa ngắn
그것은 너무 짧습니다.
Cư cơ xưn nơ mu cháp xưm ni tà

❖ Cái đó là hành lý của tôi
그것은 나의 짐입니다.
Cư cơ xưn na ưi chim im ni tà

❖ Cái đó là điện thoại của tôi
그것은 제 핸드폰입니다
Cư cơ xưn chê hen tư phôn im ni tà

❖ Cái đó chất lượng không tốt
그것은 질이 좋지 않습니다.
Cư cơ xưn chi ri chốt chi an xưm ni tà

❖ Cái này chất lượng rất tốt
이것은 질이 아주 좋습니다.
I cơ xưn chi ri a chu chốt xưm ni tà

❖ Cái này là đồ giả
이것은 가짜입니다.
I cơ xưn ka cha im ni tà

❖ Cái này là đồ thật
이것은 진짜입니다.
I cơ xưn chin cha im ni tà

❖ Cái đó là việc hoàn toàn ngoài ý muốn
그것은 전혀 뜻밖의 일입니다.
Cư cơ xưn chơn hiơ tứt bắc kê i rim ni tà

❖ Cái này là....
이것은 ….입니다.
I cơ xưn .....im ni tà

❖ Cái này là nhà của chúng tôi
  이것은 우리 집입니다.
  I cơ xưn u ri chíp im ni tà

❖ Cái này là ví của mẹ tôi
  이것은 제 어머니의 지갑입니다.
  I cơ xưn chê ơ mơ ni ưi chi cáp im ni tà

❖ Cái này là hoa hồng
  이것은 장미꽃입니다.
  I cơ xưn chang mi cốt im ni tà

❖ Cái này là cái nón của anh
  이것은 당신의 모자입니다.
  I cơ xưn tang xin ưi mô cha im ni tà

❖ Cái này là việc của anh
  이것은 당신의 일입니다.
  I cơ xưn tang xin ưi i rim ni tà.

5. Ở Đây   여기.
Ở Đấy   거기.
Đằng kia 저기.

❖ Ở đây có ...
  여기 ….이 있습니다.
  Dơ ki i ít xưn ni tà

Tiếng Hàn dành cho người...

❖ Ở đây có hình của anh

여기 당신 사진이 있습니다.

Dơ ki tang xin xa chi ni ít xưm ni tà

❖ Ở đây có tên của anh

여기 당신 이름이 있습니다

Dơ ki tang xin i rư mi ít xưm ni tà

❖ Hãy lại đây

이리 오세요

I ri ô xê dồ

❖ Từ đây đến Seoul là 30 km

여기서 서울까지 삼십킬로미터입니다.

Dơ ki xơ sơ ul ca chi xam xíp khi lô mi thơ im ni tà

❖ Từ đây đến đó đi bộ mất 30 phút

여기서 거기까지 걸어서 10 분 걸립니다.

Dơ ki xơ kơ ki ca chi cơ rơ xơ xíp bun kơ lim ni tà

❖ Đây là nơi đó

여기가 그 곳입니다.

Dơ ki ka cư cô xim ni tà

❖ Đây là Công Ty của tôi

여기가 나의 회사입니다.

Dơ ki ka na ưi huê xa im ni tà

❖ Ở đẳng ấy có xe của tôi

거기에 내 차가 있습니다.

Cơ ki ê ne cha ka ít xưm ni tà

❖ Nơi đó có một cái chùa rất nổi tiếng
그 곳에 유명한 절이 있습니다.
Cư cô xê du miơng han chơ ri ít xưm ni tà

❖ Hãy nhìn hướng kia
저쪽을 보세요
Chơ chô cưl bô xê dồ

❖ Nhất định phải đi đến đó
꼭 그 곳에 가겠습니다.
Cóc cư cô xê ka kết xưm ni tà

❖ Ở nơi đó rất nhiều người
그 곳에는 사람들이 많습니다.
Cư cô xê num xa ram tư ri man xưm ni tà

❖ Xe buýt đang đến đẳng kia
저기 버스가 옵니다.
Chơ ki bơ xư ka ôm ni tà

❖ Cái đó có nghĩa là gì?
그것은 무슨 뜻입니까?
Cư cơ xưn mu xưn tư xim ni cá?

❖ Cái kia là ....
저것은 ….입니다.
Chơ cơ xưn …im ni tà

❖ Cái kia là cái ô của tôi
　저것은 나의 우산입니다.
　Chơ cơ xưn na ưi u xan im ni tà

❖ Đằng kia là toà nhà 63 tầng
　저기는 63 층 건물입니다
　Chơ ki nưn iúc xíp xam chưng cơn mu rim ni tà

❖ Đằng kia là sông Hàn
　저기는 한강입니다.
　Chơ ki nưn han kang im ni tà

❖ Cái đằng kia là khách sạn Triều Tiên
　저것이 조선호텔입니다.
　Chơ cơ xi chô xơn hô thê rim ni tà

❖ Cái kia là núi Nam san
　저것은 남산입니다.
　Chơ cơ xưn nam san im ni tà

❖ Cái kia là ly của anh à?
　저것이 당신의 컵입니까?
　Chơ cơ xi tang xin ưi khớp im ni cá?

❖ Đằng kia là trường đại học Yonsei
　저기는 연세대학교입니다.
　Chơ ki nưn yơn xê te hác kiô im ni tà

6. Cái gì 무엇.
Ở đâu 어디.
Khi nào 언제.

❖ Tên của anh là gì?
당신의 이름은 무엇입니까?
Tang xin ưi i rư mưn mu ơ xim ni cá?

❖ Tên của con đường này là gì?
이 길의 이름이 무엇입니까?
I kil ưi i rư mi mu ơ xim ni cá?

❖ Nghề nghiệp của anh là gì?
당신의 직업은 무엇입니까?
Tang xin ưi chi cơ pưn mu ơ xim ni cá?

❖ Nhà của anh ở đâu?
당신의 집은 어디입니까?
Tang xin ưi chí pưn ơ ti im ni cá?

❖ Tòa nhà 63 tầng ở đâu?
63 빌딩은 어디에 있습니까?
Iúc xíp xam bil ting ưn ơ ti ê ít xưm ni cá?

❖ Anh đi đâu đấy?
어디 가십니까?
Ơ ti ka xim ni cá?

❖ Anh từ đâu tới?
어디에서 왔습니까?
Ơ ti ê xơ oát xưm ni cá?

❖ Anh sống ở đâu?
어디에 사십니까?
Ơ ti ê xa xim ni cá?

❖ Đến khi nào?
언제까지?
Ơn chê ca chi?

❖ Khi nào thì anh lại có thể tới?
언제 다시 오실 수 있습니까?
Ơn chê ta xi ô xil xu ít xưm ni cá?

❖ Sinh nhật của bạn là bao giờ?
생일은 언제입니까?
Xeng i rưm ơn chê im ni cá?

❖ Chiến tranh Hàn Quốc đã xảy ra khi nào?
한국 전쟁은 언제 일어났습니까?
Han cúc chơn cheng ưn ơn chê i rơ nát xưm ni cá?

❖ Anh đã nghỉ việc từ khi nào?
언제 퇴사했습니까?
Ơn chê thuê xa hét xưm ni cá?

❖ Anh ấy xuất viện từ khi nào?

그분이 언제 퇴원했습니까?

Cư bu ni ơn chê thuê ươn hét xưm ni cá?

❖ Có thể ở tới bao giờ?

언제까지 머무르실 수 있습니까?

Ơn chê ca chi mơ mu xil xu ít xưm ni cá?

❖ Công ty chúng ta áp dụng chế độ lương khoán từ bao giờ?

우리회사 월급제는 언제부터 적용했습니까?

*U ri huê xa ươl cứp chê nưn ơn chê bu thơ chóc iông
hét xưm ni cá?*

❖ Ngày phát lương của Công ty chúng ta là bao giờ?

우리회사 월급날은 언제입니까?

U ri huê xa ươl cứp na rưn ơn chê im ni cá?

7. Làm thế nào 어떻게.
Bao nhiêu 얼마나,
Tại sao 왜?

❖ Bao nhiêu?

얼마입니까?

Ơl ma im ni cá?

❖ Hết bao nhiêu thời gian?
시간이 얼마나 걸립니까?
Xi ca ni ơl ma na kơ lim ni cá?

❖ Chị ấy hát hay cỡ nào?
그녀는 노래를 얼마나 잘 부릅니까?
Cư niơ nưn nô re rưl ơl ma na chal bu rưm ni cá?

❖ Từ đây tới ga Seoul mất bao lâu?
여기서 서울역까지 얼마나 걸립니까?
Dơ ki xơ sơ ul iớc ca chi ơl ma na kơ lim ni cá?

❖ Tôi không có tiền phải làm sao bây giờ nhỉ?
돈이 없는데 어떻게 합니까?
Tô ni ợp nưn tê ơ tớt kê hăm ni cá?

❖ Anh nghĩ sao về Hàn Quốc?
한국을 어떻게 생각하십니까?
Han cu cưl ơ tớt kê xeng các ha xim ni cá?

❖ Thời tiết ngày hôm nay thế nào?
오늘 날씨가 어떻습니까?
Ô nưl nal xi ca ơ tớt xưm ni cá?

❖ Anh nói như thế là có ý gì ạ?
어떤 뜻으로 그런 말씀을 하십니까?
Ơ tơn tư xư rô cư rơl mal xư mưl ha xim ni cá?

❖ Anh ấy bây giờ sống ra sao?
그 분은 지금 어떻게 지냅니까?
Cư bu nưn chi cưm ơ tớt kê chi nem ni cá?

❖ Cái này phải làm thế nào hãy chỉ cho tôi
이 것을 어떻게 해야 하는지 가르쳐 주세요
I cơ xưl ơ tớt kê he da ha nưn chi ka rư chiơ chu xê dồ

❖ Tôi không biết tại sao anh lại nổi nóng như thế
나는 당신이 왜 그렇게 화가 났는지 모릅니다
*Na num tang xi ni oe cư rớt kê hoa ka nát num chi
mô rum ni tà*

❖ Tôi không biết tại sao anh lại có mặt tại đây
나는 당신이 왜 여기 있는지 모르겠습니다.
Na num tang xi ni oe dơ ki ít num chi mô rư kết ni tà

❖ Tại sao ngày hôm qua lại vắng làm, không lý do?
왜 어제 무단 결근했습니까?
Oe ơ chê mu tan kiơl cưn hét xưm ni cá?

❖ Tại sao lại trả lương không đúng?
왜 월급을 맞지 않게 지급합니까?
Oe uơl cư pưl mát chi an kê chi cứp hăm ni cá?

❖ Tại sao lại nợ lương?
왜 월급을 체불합니까?
Oe uơl cư pưl chê bul hăm ni cá?

❖ Tại sao lại không nói theo sự thật ấy?
왜 그 사실에 대해 말하지 않습니까?
Oe cư xa xi rê te he mal ha chi an xưm ni cá?

❖ Tại sao lại không tham gia buổi họp?
왜 회의에 참석하지 않습니까?
Oe huê ưi ê cham xóc ha chi an xưm ni cá?

❖ Tại sao lại trả lời không biết?
왜 모른다고 대답합니까?
Oe mô rưn ta cô te táp hăm ni cá?

❖ Tại sao lại không giữ đúng lời hứa?
   왜 약속을 잘 지키지 않습니까?
   Oe iác xô cưl chal chi khi chi an xưm ni cá?

❖ Tại sao lại tới trễ?
   왜 늦게 왔습니까?
   Oe nựt kê oát xưm ni cá?

❖ Tại sao lại không tôn trọng người khác?
   왜 남을 존경하지 않습니까?
   Oe na mưl chôn kiơng ha chi an xưm ni cá?

❖ Tại sao lại không tin tôi?
   왜 저를 믿지 않습니까?
   Oe chơ rưl mít chi an xưm ni cá?

8. Nếu (giá mà, giả sử, lỡ ra 만약(만일),
Rất 매우(아주, 대단히)
Luôn luôn 항상(늘),
Bất cứ khi nào 언제나

❖ Lỡ ra tôi có thất bại thì cũng đừng trách tôi
   만약에 실패해도 저를 책망하지 마세요
   Ma nia cê xil phe he tô chơ rưl chéc mang ha chi
   ma xê dồ

❖ Giả sử nếu mà anh ấy tới thì tôi sẽ nói với anh ấy
만약 그가 온다면 그에게 말하겠습니다.
Ma niác cư ka ôn ta miơn cư ê kê mal ha kết xưm ni tà

❖ Giả sử nếu mà anh nói dối thì anh phải chịu trách nhiệm
만약에 당신이 거짓말한다면 책임을 져야 합니다
*Ma nia cê tang xi ni kơ chít mal han ta miơn chéc
ki mưl chiơ da hăm ni tà*

❖ Giả sử nếu mà công việc có thành qủa thì sẽ cho tôi tiền
thưởng chứ?
만약에 일에 성과가 있으면 상여금을 주시겠습
니까?
*Ma nia cê i rê xơng cua ka ít xư miơn xang dơ cư
mưl chu xi kết xưm ni cá?*

❖ Nếu lần này tôi thi đậu thì tôi sẽ mời một chầu
만약에 이번 시험에 합격하면 한턱을 내겠습니다.
*Ma nia cê i bơn xi hơ mê hắp kiếc ha miơn hăn thơ
cưl ne kết xưm ni tà.*

❖ Rất là tốt
매우 좋습니다.
Me u chốt xưm ni tà

❖ Cảm ơn rất nhiều
대단히 감사합니다
Te tan hi cam xa hăm ni tà

❖ Rất là nhiều
매우 많습니다
Me u man xưm ni tà

❖ Cái đó đối với tôi thì là một vấn đề rất là dễ
그것은 내게 매우 쉬운 문제입니다
Cư cơ xưn ne kê me u xuy un mun chê im ni tà

❖ Anh ấy rất là giống bố của anh ấy
그는 그의 아버지를 아주 닮았습니다.
Cư nưn cư ưi a bơ chi rưl a chu tal mát xưm ni tà.

❖ Cái đó là một suy nghĩ rất tốt
그것은 아주 좋은 생각입니다.
Cư cơ xưn a chu chô hưn xeng các im ni tà

❖ Anh bất cứ lúc nào cũng yêu em
나는 언제나 당신을 사랑합니다
Na nưn ơn chê na tang xi nưl xa rang hăm ni tà

❖ Tôi luôn luôn dậy vào lúc 6 giờ
나는 항상 6 시에 일어납니다.
Na nưn hang xang dơ xớt xi ê i rơ năm ni tà.

❖ Tôi bất cứ lúc nào cũng nghe theo chỉ thị của ông
저는 언제나 당신의 지시를 따르겠습니다.
Chơ nưn ơn chê na tang xin ưi chi xi rưl ta rư kết xưm ni tà

❖ Anh luôn luôn phải thẳng thắn
너는 항상 정직해야만 합니다
Nơ nưn hang xang chơng chíc he da man hăm ni tà.

❖ Bởi vì là nhà giàu mà luôn luôn hạnh phúc là không phải
부자라고 해서 항상 행복한 건 아닙니다.
Bu cha ra cô he xơ hang rang heng bốc han kơn a nim ni tà

❖ Bởi vì nghèo mà luôn luôn bất hạnh là không phải
가난하다고 해서 항상 불행한 건 아닙니다.
Ca nan ha ta cô he xơ hang xang bul heng han kơn a nim ni tà

❖ Sau chiến tranh luôn luôn kéo theo bất hạnh
전쟁 뒤에 항상 불행이 따릅니다.
Chơn cheng tuy ê hang xang bul heng i ta rưm ni tà

❖ Anh luôn luôn làm tôi khóc
당신은 항상 나를 울립니다.
Tang xi nưn hang xang na rưl u lim ni tà

❖ Mặt trời luôn mọc ở phiá đông
태양은 항상 동쪽에서 뜹니다.
The iang ưn hang xang tông chô cê xơ tưm ni tà

❖ Tôi luôn luôn làm việc tích cực
나는 항상 일을 열심히 합니다
Na nưn hang xang i rưl iơl xim hi hăm ni tà

9. Là 이다. Hãy 세요.
Yêu Cầu 부탁. Đừng 지마

❖ Tôi là ký giả
나는 기자입니다.
Na nưn ki cha im ni tà.

❖ Cô ấy là diễn viên điện ảnh
그녀는 영화배우입니다
Cư nơ nưn iơng hoa be u im ni tà

❖ Seoul là thủ đô của Hàn Quốc
서울은 한국의 수도입니다.
Sơ u rưn han cúc ưi xu tô im ni tà

❖ Kỳ nghỉ hè của Công ty chúng ta là khi nào thế?
우리회사는 여름휴가가 언제입니까?
U ri huê xa nưn dơ rưm hiu ca ka ơn chê im ni cá?

❖ Hôm nay là ngày mồng 5 tháng 5
오늘은 5월 5일입니다.
Ô nư rưn ô ươl ô i rim ni tà

❖ Cuộc sống là đấu tranh
삶은 투쟁입니다.
Xal mưn thu cheng im ni tà.

❖ Phong cách Hàn Quốc bây giờ đang rất thịnh hành
한국 스타일이 지금 유행하고 있습니다.
Han cúc xư tha i ri chi cưm du heng ha cô ít xưm ni tà

❖ Hôm nay là ngày nghỉ
오늘 쉬는 날입니다.
Ô nưl xuy nưn na rim ni tà

❖ Hôm nay là sinh nhật của người yêu tôi
오늘 제 애인의 생일입니다.
Ô nưl chê e in ưi xeng i rim ni tà

❖ Anh ấy sinh ra ở Thành Phố Hồ Chí Minh
그는 호지민에서 태어났습니다.
Nư nưn hô chi min ê xơ the ơ nát xưm ni tà

❖ Bất cứ việc gì cũng đều làm tốt
무든 일이든 다 잘 될 것입니다.
Mu tưn i ri tưn ta chal tuêl cơ xim ni tà.

❖ Con đường này là con đường đi tới Công ty chúng ta
이 길은 우리회사로 가는 길입니다.
I ki rưn u ri huê xa rô ca nưn ki rim ni tà.

❖ Hãy tới chơi
놀러 오세요
Nô lơ ô xê dồ

❖ Hãy làm lại
다시 해주십시오
Ta xi he chu xíp xi ô

❖ Hãy bỏ qua cho
눈 감아 주세요
Nun ka ma chu xê dồ

❖ Tôi hôm nay hãy ngủ sớm
오늘 저녁에는 일쩍 잡시다
Ô nưl chơ niơ cê nưn il chic chắp xi tà

❖ Uống thêm một ly trà nữa chứ?
차 한잔 더 마시겠습니까?
Cha hăn chan tơ ma xi kết xưm ni cá?

❖ Hãy giao việc cho tôi
  일을 시켜주십시요
  I rưl xi khiơ chu xíp xi ô

❖ Hãy tăng lương cho tôi
  월급을 인상해주세요
  Uơl cư pưl in xang he chu xê dồ

❖ Hãy cho tôi việc làm thêm
  잔업을 시켜주세요
  Cha nơ pưl xi khiơ chu xê dồ

❖ Hãy giúp tôi
  도와주세요
  Tô oa chu xê dồ

❖ Hãy làm nhanh lên
  빨리 하세요
  Ba li ha xê dồ

❖ Hãy chờ một chút
  좀 기다리세요
  Chôm ki ta ri xê dồ

❖ Hãy làm từ từ
  천천히 하세요
  Chơn chơn hi ha xê dồ

❖ Hãy chỉ cho
  가르쳐 주세요
  Ca rư chiơ chu xê dồ

❖ Hãy làm theo
  따라 하세요
  Ta ra ha xê dồ

❖ Hãy cẩn thận
  조심하세요
  Chô xim ha xê dồ

❖ Hãy giữ đúng lời hứa
  약속을 잘 지켜주세요
  Iác xô cul chal chi khiơ chu xê dồ

❖ Mong anh giúp cho
  잘 부탁합니다.
  Chal bu thác hăm ni tà

❖ Hãy nói chầm chậm cho
  천천히 말해주세요
  Chơn chơn hi mal he chu xê dồ

❖ Hãy nói lại một lần nữa cho
  다시 한 번 말해주세요
  Ta xi hăn bơn mal he chu xê dồ

❖ Xin hãy nói chậm hơn nữa cho
  좀더 천천히 말씀해주십시오
  Chôm tơ chơn chơn hi mal xưm he chu xíp xi ô

❖ Xin hãy nói cụ thể hơn cho
  더 명확하게 말씀 해 주십시오
  Tơ miơng hoắc ha kê mal xưm he chu xíp xi ô

45

❖ Xin hãy nói rõ ràng hơn cho
좀더 뚜렷하게 말씀해 주십시오
Chôm tơ tu riết ha kê mal xưm he chu xíp xi ô

❖ Đừng có lo lắng
걱정하지 마세요
Kợc chơng ha chi ma xê dồ

❖ Đừng có quên
잊지 마세요
Ích chi ma xê dồ

❖ Đừng có mang theo
가져가지 마세요
Ka chiơ ka chi ma xê dồ

❖ Đừng có chửi
욕하지 마세요
Iốc ha chi ma xê dồ

❖ Đừng có nói như thế
그렇게 말하지 마세요
Cư rớt kê mal ha chi ma xê dồ

❖ Sau này đừng có làm như thế
앞으로 그렇게 하지 마세요
A phư rô cư rớt kê ha chi ma xê dồ

❖ Đừng có nói dối
거짓말하지 마세요
Cơ chít mal ha chi ma xê dồ

❖ Khi làm việc đừng có ngủ gật
   일을 할 때 졸지 마세요
   I rul hal te chôl chi ma xê dồ

❖ Đừng có nghe lời của anh ấy
   그의 말을 듣지 마세요
   Cư ưi ma rul tụt chi ma xê dồ

❖ Hãy chỉ làm những việc được giao
   시키는 일만 하세요
   Xi khi nưn il man ha xê dồ

❖ Đừng có mặc cả
   흥정하지 마세요
   Hưng chơng ha chi ma xê dồ

10. Biểu hiện tính tích cực
긍정적 표현.
Tính tiêu cực 부정적 표현.
Không chắc chắn 불확실한 표현.

❖ Vâng, dạ
   예, 네
   Dê, nê

❖ Có
있습니다.
Ít xưm ni ta

❖ Đúng thế
그렇습니다.
Cư rớt xưm ni tà

❖ Ồ, đúng thế
오, 그렇습니다
Ồ, cư rớt xưm ni tà

❖ Đương nhiên rồi
물론입니다
Mu lôn im ni tà

❖ Tất nhiên là như thế rồi
그렇고 말고요
Cư rớt cô mal cồ nhồ

❖ Đúng vậy
그럼요
Cư rơm nhô

❖ Tốt lắm
좋습니다
Chốt xưm ni tà

❖ Rất là tốt
매우 좋습니다.
Me u chốt xưm ni tà

❖ Không sao
   괜찮습니다
   Kuen chan xưm ni tà

❖ Tôi nghĩ là như thế
   그렇게 생각합니다
   Cư rớt kê xeng các hăm ni tà

❖ Tôi cũng nghĩ giống anh
   저도 당신과 같은 생각입니다
   Chơ tô tang xin cua ca thưn xeng các im ni tà

❖ Vâng, đương nhiên rồi
   예, 물론이지요
   Dê, mu lôn i chi dô

❖ Tôi biết rồi
   알겠습니다.
   Al kết xưm ni tà

❖ Đúng rồi
   예, 맞습니다
   Dê, mát xưm ni tà

❖ Cái đó là sự thật
   그게 사실입니다.
   Cư kê xa xil im ni tà

❖ Vâng, tôi rất vui lòng làm chuyện đó
   예, 기꺼이 그렇게 하겠습니다
   Dê, ki cơ i cư rớt kê ha kết xưm ni tà

❖ Đối với vấn đề đó thì không có ai nghi ngờ cả
그것에 대해서는 의심할 사람이 없습니다.
Cư cơ xê te he xơ nưn ưl xim hal xa ra mi ợp xưm ni tà

❖ Đương nhiên không phải như thế
물론 아닙니다
Mu lôn a nim ni tà

❖ Không, không phải
아니오, 아닙니다.
A ni ồ, a nim ni tà

❖ Tôi không nghĩ như thế
그렇게 생각하지 않습니다
Cư rớt kê xeng các ha chị an xưm ni tà

❖ Tôi không tán thành với ý kiến của anh
저는 당신 의견에 찬성하지 않습니다
*Chơ nưn tang xin ưi kiơ nê chan xơng ha chi an
xưm ni tà*

❖ Nhất định là không
결코 아닙니다
Kiơl khô a nim ni tà

❖ Hãy chưa
아직은 아닙니다
A chí cưn a nim ni tà

❖ Ngược lại
반대로
Ban te rô

❖ Tôi không biết
모르겠습니다.
Mô rư kết xưm ni tà

❖ Không, sai rồi ạ
아닙니다, 틀립니다.
A nim ni tà, thư lim ni tà

❖ Không như vậy đâu
당치도 않습니다
Tang chi tô an xưm ni tà

❖ Đừng có lo lắng
걱정하지 마십시오
Kợc chơng ha chi ma xíp xi ô

❖ Tôi không nghe được
못 알아듣겠습니다.
Mốt a ra tựt kết xưm ni tà

❖ Ông nói gì tôi không hiểu
무슨 말인지 못 들었습니다.
Mu xưn ma rin chi mốt tư rớt xưm ni tà

❖ Hình như là như thế
아마 그럴 것입니다
A ma cư rơl cơ xim ni tà

❖ Mong là như thế
그렇게 되기를 바랍니다
Cư rớt kê tuê ki rưl ba răm ni tà

❖ Là việc có khả năng đấy
  가능한 일입니다
  Ka nung han i rim ni tà

❖ Hơi nghi ngờ
  의심스럽습니다.
  Ưi xim xư rớp xưm ni tà

❖ Không thể là sự thật
  사실일 수가 없습니다.
  Xa xi ril xu ca ợp xưm ni tà

11. Phần từ mới liên quan
관련단어

Tôi	나, 저	*Na, chô*
Ông, ngài	선생님	*Xôn xeng nim*
Cậu, anh, mày	당신	*Tang xin*
Quý bà, phu nhân	사모님	*Xa moâ nim*
Cô, cô gái	아가씨	*A ca xi*
Dì, bà	아주머니	*A chu mơ ni*
Ông, bác, chú	아저씨	*A chô xi*
Nó, cậu ấy, ông ấy	그	*Cư*
Bà ấy, chị ấy	그녀	*Cư nơ*

Chúng nọ, bọn nó, họ	그들	Cư tưl
Người ấy	그사람	Cư xa ram
Chúng tôi	우리	U ri
Các ông, các ngài	여러분	Dô rô bun
Mày, cậu	너, 니	Nô, ni
Rất	아주	A chu
Hoàn toàn	완전히	Oan chôn hi
Quá	너무	Nô mu
Vừa mới	아까	A ca
Cũng	또	Tô
Nữa	더	Tơ
Có lẽ	아마	A ma
Nhất định	반드시	Ban tư xi
Chắc chắn	꼭	Cốc
Ngay tức thì	즉시	Chứt xi
Ở	...에서	Ê xơ
Từ	...부터	Bu thơ
Đến	까지	Ca chi
Cùng, cùng với	같이	Cát chi
Nếu, lỡ ra	만약	Man iaừc
Cho nên	그래서	Cư re xô

Tuy vậy, nhưng	그렇지만	*Cư rớt chi man*
Nhưng mà	그런데	*Cư rơn tê*
Với, cùng với	와, 과	*Aa.coa*
Nếu, không thì	안그러면	*An cư rơ miôn*
Kết hôn	결혼하다	*Kiơl rôn ha tà*
Trai chưa vợ	총각	*Chông các*
Bạn	친구	*Chin cu*
Người	사람	*Xa ram*
Chịu trách nhiệm	책임을 지다	*Che kim ưl chi tà*
Tên	이름	*I rưm*
Thiếu niên	소년	*Xô niơn*
Thiếu nữ	소녀	*Xô niơ*
Quân nhân	군인	*Cun in*
Tuổi	나이	*Na i*
Suy nghĩ	생각하다	*Xeng các ha tà*
Thất vọng	실망하다	*Xil mang ha tà*
Công kích	공격하다	*Công kiớc ha tà*
Thích	좋아하다	*Chô a hăm ni tà*
Nổi nóng	화를 내다	*Hoa rưl ne tà*
Bức tranh	그림	*Cư rim*
Nói dối	거짓말	*Kơ chit mal*

Nhà giàu	부자	*Bu cha*
Hộ lý	간호사	*Can hô xa*
Đẹp	예쁘다	*Dê bư tà*
Người yêu	애인	*E in*
Thân thiện	친절하다	*Chin chơl ha tà*
Sức nhớ	기억력	*Ki iớc riớc*
Giả	가짜	*Ka cha*
Thật	진짜	*Chin cha*
Hoa hồng	장미꽃	*Chang mi cốt*
Công ty	회사	*Huê xa*
Nổi tiếng	유명하다	*Du miơng ha tà*
Công việc	직업	*Chi cớp*
Hát	노래	*Nô re*
Sự thật	사실	*Xa xil*
Tham gia	참석하다	*Cham xớc ha tà*
Hỏi	대답하다	*Te táp ha tà*
Tôn kính	존경하다	*Chôn kiơng ha tà*
Trách móc	책망하다	*Chéc mang ha tà*
Thành qủa	성과	*Xơng cua*
Thi đậu	합격하다	*Hắp kiớc*
Vấn đề	문제	*Mun chê*

Tiếng Hàn dành cho người...

Bất hạnh	불행하다	*Bul heng ha tà*
Hạnh phúc	행복하다	*Heng bốc ha tà*
Nghỉ hè	여름휴가	*Dơ rưm hiu ka*
Phong cách	스타일	*Xư tha il*
Sinh nhật	생일	*Xeng il*
Cẩn thận	조심하다	*Chô xim ha tà*
Lo lắng	걱정하다	*Kọc chơng ha tà*
Nghi ngờ	의심하다	*Uỉ xim ha tà*

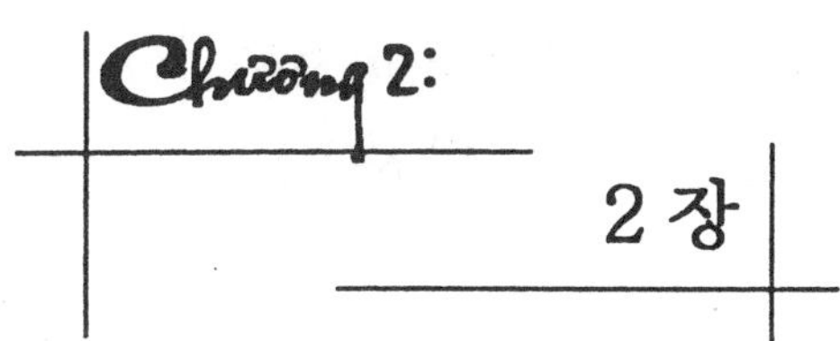

CHÀO HỎI
인사

1. Chào hỏi
인사하기

* Xin chào
  안녕하세요!
  An niơng ha xê dô!

* Ông (Bà) khỏe chứ ạ?
  안녕하십니까?
  An niơng ha xim ni cá?

* Chúc ngủ ngon !
  안녕히 주무세요!
  An niơng hi chu mu xê dô!

* Đi may mắn nhé
  안녕히 가세요
  An niơng hi ca xê dô

* Xin chào, Ông (bà) ở lại tôi đi nhé
  안녕히 계세요
  An niơng hi kiê xê dô

* Hẹn gặp lại
  또 봐요
  Tô boa dồ

❖ Lần đầu tiên được gặp ông(bà)
처음 뵙겠습니다.
Chờ ưm buyết kết xưm ni tà.

❖ Rất vui được gặp ông (bà, anh, chị)
만나서 반갑습니다.
Man na xơ ban cáp xưm ni tà.

❖ Dạo này sống thế nào?
어떻게 지냈습니까?
Ơ tớt kê chi nét xưm ni cá?

❖ Cũng tốt, cảm ơn
잘 지냈습니다. 감사합니다
Chal chi nét xưm ni tà. Cam xa hăm ni tà

❖ Gia đình cũng khỏe cả chứ?
가족들은 안녕하십니까?
Ca chốc từ rưn an niơng ha xim ni cá?

❖ Cảm ơn. Gia đình cũng khỏe cả
감사합니다. 가족들은 건강합니다
Cam xa hăm ni tà. Ka chốc từ rưn cơn kang hăm ni tà

❖ Bố của cậu cũng khỏe chứ?
당신의 아버님께서는 안녕하십니까?
Tang xin ưi a bơ nim kê xơ nưn an niơng ha xim ni cá?

❖ Bố của tôi cũng khỏe
아버님은 안녕하십니다.
A bơ ni mưn an niơng ha xim ni tà

❖ Sức khỏe của mẹ cậu dạo này thế nào?
어머니는 건강 어떻습니까?
Ơ mơ ni nưn cơn kang ơ tớt xưm ni cá?

❖ Hãy cho tôi gửi lời hỏi thăm tới mẹ cậu
어머니께 안부전해주십시오.
Ơ mơ ni kê an bu chơn he chu xíp xi ô.

❖ Dạo này buôn bán thế nào?
요즘 사업이 어떻습니까?
Dô chưm xa ơ pi ơ tớt xưm ni cá?

❖ Kể từ khi chúng ta gặp nhau tới nay cũng khá lâu rồi nhi
만나본지 참 오래 되었습니다
Man na bôn chi cham ô re tuê ớt xưm ni tà

❖ Khi nào thì có thể gặp lại?
언제 만날 수 있습니까?
Ơn chê man nal xu ít xưm ni cá?

❖ Bất cứ lúc nào cũng được
아무 때나 좋습니다.
A mu te na chốt xưm ni tà

❖ Thứ 2 tôi sẽ đến
월요일에 찾아뵙겠습니다
Ươ riô i rê cha cha buyết kết xưm ni tà

❖ Xin lỗi vì đã làm phiền ông
방해를 해서 죄송합니다
Bang he rưl he xơ chuê xông hăm ni tà

❖ Cảm ơn vì đã đến đây
와주셔서 감사합니다.
Oa chu xiơ xơ cam xa hăm ni tà

❖ Ông (bà) đến đây có việc gì thế ạ?
어떻게 오셨습니까?
Ơ tớt kê ô xiớt xưm ni cá?

2. Cảm ơn, Xin lỗi
감사, 사과

❖ Cảm ơn
감사합니다.
Cam xa hăm ni tà

❖ Cảm ơn
고맙습니다
Cô máp xưm ni tà

❖ Cảm ơn anh rất nhiều
대단히 감사합니다
Te tan hi cam xa hăm ni tà

❖ Luôn luôn cảm ơn ông
항상 감사하게 생각합니다.
Hang xang cam xa ha kê xeng các hăm ni tà

❖ Xin chân thành cảm ơn
진심으로 감사합니다.
Chin xi mư rô cam xa hăm ni tà

❖ Xin lỗi
죄송합니다.
Chuê xông hăm ni tà

❖ Xin lỗi
미안합니다
Mi an hăm ni tà

❖ Xin thứ lỗi
실례합니다
Xi liê hăm ni tà

❖ Không có gì mà!
천만에요!
Chơn man ê dồ!

❖ Không sao
괜찮습니다.
Cuen chán xưm ni tà

❖ Tôi sai rồi, tôi thành thật xin lỗi
잘못했습니다. 정말 죄송합니다.
Chal mốt hét xưm ni tà. Chỏng mal chuê xông hăm ni tà

❖ Hãy cho tôi một cơ hội
기회를 한번 더 주세요.
Ky huê rưl hăn bơn tơ chu xê dồ

❖ Hãy tha thứ cho
  용서해주세요
  Iông xơ he chu xê dồ

❖ Hãy bỏ qua cho
  눈 감아 주세요
  Nun ka ma chu xê dồ

❖ Hãy tha cho tôi một lần
  한번만 용서해 주세요
  Hăn bơn man iông xơ he chu xê dồ

❖ Tôi không có ý
  고의가 아닙니다.
  Cô ưi ca a nim ni tà

❖ Cảm ơn Ông (Bà) vì đã giúp đỡ tôi nhiều
  많이 도와주셔서 감사합니다.
  Ma ni tô oa chu xơ xơ cam xa hăm ni tà

❖ Tôi thành thật xin lỗi ông về lỗi lầm mắc phải
  제가 저지른 일에 대해 대단히 죄송합니다.
  Chê ka chơ chi rưn i rê te he te tan hi chuê xông
  hăm ni tà

❖ Xin ông hãy quên việc đó đi
  제발 그것은 잊어버리십시요
  Chê bal cư cơ xưn i chơ bơ ri xíp xi ô

❖ Xin ông đừng để ý
  제발 신경 쓰지 마십시요
  Chê bal xin kiơng xư chi ma xíp xi ô

3. Tự giới thiệu
자기 소개하기

❖ Xin chào. Rất vui được gặp Ông(Bà)
안녕하세요. 만나서 반갑습니다.
An niơng ha xê dô. Man na xơ ban cáp xưm ni tà.

❖ Tôi tên là Lê Văn Dương
저는 레반영입니다.
Chơ nưn Lê Ban Iơng im ni tà

❖ Tôi là người Việt Nam
저는 베트남 사람입니다.
Chơ nưn bê thư nam xa ram im ni tà

❖ Tôi hai mươi lăm tuổi
저는 스물 다섯 살입니다.
Chơ nưn xư mul ta xớt xa rim ni tà

❖ Tôi là người lao động
저는 근로자 입니다.
Chơ nưn cưn rô cha im ni tà

❖ Hiện nay tôi đang làm việc ở nhà máy
저는 직장에 다니고 있습니다.
Chơ nưn chic chang ê ta ni cô ít xưm ni tà

❖ Tôi đang làm việc tại nhà máy **
   저는 ** 회사에 근무하고 있습니다.
   *Chơ nưn ***huê xa ê cừn mu ha cô ít xưm ni tà*

❖ Tôi sống ở Seoul
   저는 서울에 삽니다.
   Chơ nưn sơ u rê xăm ni tà

❖ Tôi đến Hàn Quốc được một năm rồi
   한국에 온지 일년 되었습니다.
   Han cu kê ôn chi il liơn tuê ớt xưm ni tà

❖ Trước khi đến Hàn Quốc tôi sống ở Tp Hồ Chí Minh
   한국에 오기 전에 호지민에 살았습니다.
   Han cu kê ô ki chơ nê hô chí min ê xa rát xưm ni tà

❖ Trước khi đến Hàn Quốc tôi sống ở nông thôn
   한국에 오기 전에 시골에 살았습니다.
   Han cu kê ô ki chơ nê xi kô rê xa rát xưm ni tà

❖ Trước khi đến Hàn Quốc tôi là nông dân.
   저는 한국에 오기 전에 농민이었습니다.
   Chơ nưn han cu cê ô ki chơ nê nông min i ớt xưm ni tà

❖ Trước khi đến Hàn Quốc tôi là sinh viên
   저는 한국에 오기 전에 대학생이었습니다.
   Chơ nưn han cu cê ô ki chơ nê te hác xeng i ớt xưm ni tà

❖ Vừa tốt nghiệp đại học xong là tôi đến Hàn Quốc
   대학교를 졸업 하자마자 한국에 왔습니다.
   *Te hác kiô rưl chô rớp ha cha ma cha han cu cê oát
   xưm ni tà*

❖ Trước khi đến Hàn Quốc tôi là quân nhân
   저는 한국에 오기 전에 군인이었습니다.
   Chơ nưn han cu cê ô ki chơ nê cun in i ớt xưm ni tà

❖ Tôi đã kết hôn rồi
   저는 결혼 했습니다.
   Chơ nưn kiơ rôn hét xưm ni tà

❖ Vợ tôi là giáo viên
   제 아내가 교사입니다.
   Chê a ne ka kiô xa im ni tà

❖ Tôi có 2 người con
   자식이 2 명이 있습니다.
   Cha xí ci tu miơng i ít xưm ni tà

❖ Gia đình chúng tôi có 4 người
   우리 가족이 4 명이 있습니다.
   U ri ca chô ci nê miêng i ít xưm ni tà

❖ Tôi có một người em gái
   저는 여동생 한 명있습니다.
   Chơ nưn dơ tông xeng hặn miơng ít xưm ni tà

❖ Tôi có anh trai
   저는 형이 있습니다.
   Chơ nưn hiơng i ít xưm ni tà

❖ Chị của tôi đang làm việc tại Đài Truyền Hình
   제 언니가 방송국에 다니고 있습니다.
   Chê ơn ni ca bang xông cu cê ta ni cô ít xưm ni tà

❖ Tôi là con út
저는 막내 입니다.
Chơ nưn mác ne im ni tà

❖ Bố mẹ tôi là nông dân
제 부모는 농민입니다.
Chê bu mô nưn nông min im ni tà

❖ Bố tôi đã về hưu
제 아버지는 정년 퇴직하셨습니다.
*Chê a bơ chi nưn chơng niơn thuê chích ha xiớt
xưm ni tà*

❖ Bố mẹ tôi là công nhân viên
제 부모는 공무원입니다.
Chê bu mô nưn công mu ươn im ni tà

❖ Tôi thích Hàn Quốc lắm
저는 한국을 좋아합니다.
Chơ nưn han cu cưl chô a hăm ni tà

❖ Thiên nhiên đẹp mà con người cũng rất thân thiện
자연도 아름답고 사람도 친절해요
Cha iơn tô a rưm táp cô xa ram tô chin chơl he dồ

❖ Người này là bạn của tôi
이사람은 제 친구입니다.
I xa ra mưn chê chin cu im ni tà

❖ Tên ông (bà) là gì ạ?
성함이 어떻게 되십니까?
Xơng ha mi ơ tớt kê tuê xim ni cá?

❖ Tên bạn là gì?
   이름이 뭡니까?
   I rư mi mươm ni cá?

❖ Bạn mấy tuổi?
   몇 살입니까?
   Miớt xa rim ni cá?

❖ Có mang theo danh thiếp không ạ?
   명함을 가지고 있습니까?
   Miơng ha mưl ka chi cô ít xưm ni cá?

❖ Đây là danh thiếp của tôi
   여기 제 명함입니다
   Dơ ki chê miơng hăm im ni tà

❖ Bây giờ tôi không mang theo danh thiếp
   지금 제 명함을 가져오지 않았습니다
   *Chi cưm chê miơng ha mưl ka chiơ ô chi an nát
   xưm ni tà*

❖ Tôi không có danh thiếp
   저는 명함이 없습니다
   Chơ nưn miơng ha mi ợp xưm ni tà

❖ Rất vui vì được biết ông (bà)
   당신을 알게 되어 참 반갑습니다.
   Tang xi nưl al kê tuê ơ cham ban cáp xưm ni tà

❖ Hy vọng sau này có thể gặp lại ông (bà)
   나중에 한번 만날 수 있기를 바랍니다.
   Na chung ê hăn bơn man nal xu ít ki rưl ba răm ni tà

4. Thời gian, Số
시간, 수

❖ Bây giờ là mấy giờ?
　지금 몇 시 입니까?
　Chi cưm miơt xi im ni cá?

❖ Một giờ
　한시입니다
　Hăn xi im ni tà

❖ Ba giờ rưỡi
　세시 반입니다
　Xê xi ban im ni tà

❖ Năm giờ năm mười phút
　다섯시 오십분입니다
　Ta xớt xi ô xíp bun im ni tà

❖ Đồng hồ này có đúng không?
　이 시계는 잘 맞습니까?
　I xi kiê nưn chal mát xưm ni cá?

❖ Đồng hồ này chậm mất năm phút
　이 시계는 오분 늦습니다
　I xi kiê nưn ôbun nựt xưm ni tà

❖ Đồng hồ của tôi chạy nhanh ba phút
  제 시계는 삼분 빠릅니다.
  Chê xi kiê nưn xam bun ba rưm ni tà

❖ Buổi sáng thường thức dậy lúc mấy giờ?
  아침 보통 몇 시에 일어납니까?
  A chim bô thông miớt xi ê i rơ năm ni cá?

❖ Buổi sáng tôi thường thức dậy lúc 6 giờ
  나는 아침 여섯시에 일어납니다.
  Na nưh a chim dơxớt xi ê i rơ năm ni tà

❖ Từ ký túc xá của chúng tôi đến công ty nếu đi bộ thì mất
  chừng mười phút
  우리 기숙사에서 회사까지 걸어가면 약 십분
  입니다.
  U ri ki xúc xa ê xơ huê xa ca chi kơ rơ ca miơn iác
  xíp bun im ni tà.

❖ Mấy giờ thì sẽ ăn cơm trưa?
  몇 시에 점심을 먹습니까?
  Miết xi ê chơm xi mưl mợc xưm ni cá?

❖ Tôi sẽ chờ anh tới mười giờ
  열시까지 당신을 기다리겠습니다
  Dơl xi ca chi tang xi nưl ki ta ri kết mưm ni tà

❖ Tàu sẽ xuất phát vào lúc năm giờ rưỡi
  기차는 다섯시 반에 출발합니다
  Ki cha nưn ta xớt xi ba nê chul bal hăm ni tà

❖ Ngày tháng không bao giờ chờ con người
  세월은 사람을 기다리지 않습니다.
  Xê ươ rưm xa ra mưl ki ta ri chi an xưm ni tà

❖ Thời gian không là bạn đồng hành với phụ nữ
  세월은 여자의 동반자가 아닙니다.
  Xê ươ rưm dơ cha ưi tông ban cha ka a nim ni tà

❖ Một tuần có bảy ngày
  일주일은 7 일입니다.
  I chu i rưm chi ril im ni tà

❖ Một năm có 12 tháng
  1 년은 12 달입니다.
  I nơ nưm dơl tu tal im ni tà

❖ Một năm có 365ngày
  1 년은 365 일입니다.
  Il nơ nưm xam béc dúc xíp ô i rim ni tà

❖ Một phút có 60 giây
  1 분은 60 초입니다.
  Il bu nưm dúc xíp chô im ni tà

❖ Mười cộng 5 bằng 15
  10 더하기 5 은 15 입니다.

❖ 20 trừ đi 7 bằng 13
  20 빼기 7 은 13 입니다.
  I xíp be ki chi rưm xíp xam im ni tà

❖ 5 nhân 3 bằng 15
   5 곱하기 3 은 15 입니다.
   Ô cốp ha ki xam ưn xíp ô im ni tà

❖ 6 chia cho 2 bằng 3
   6 나누기 2 는 3 입니다.
   Dúc na nu ki i nưn xam im ni tà

❖ Anh đang cầm mấy cuốn sách?
   당신은 책을 몇 권이나 가지고 있습니까?
   *Tang xi nưn che cưl miớt kươn i nà ka chi cô ít
   xưm ni cá?*

❖ Ở cấp học này có bao nhiêu học sinh?
   이 학급에는 몇 명의 학생이 있습니까?
   I hác cứp ê nưn miớt miơng ưi hác xeng i ít xưm ni cá?

❖ Tôi sẽ mua mười quả cam và 4 qủa dưa hấu
   열 개의 오렌지와 네 개의 수박을 사겠습니다.
   *Dơl ke ưi ô rên chi oa nê ke ưi xu ba cưl xa kết
   xưm ni tà*

❖ Mỗi năm có hàng chục ngàn người ngoại quốc nhập cảnh
   vào Hàn Quốc để lao động
   매년 수십 만 명의 외국인이 일하러 한국에
   입국했습니다.
   *Me niơn xu xíp man miơng ưi uê cúc i ni il ha rơ
   han cu cê íp cúc hét xưm ni tà*

❖ Tiền thuê phòng này là bao nhiêu?
   이 집의 세는 얼마입니까?
   I bang ưi xê nưn ơl ma im ni cá?

5. Ngày, Tháng, Năm
요일, 달, 년

❖ Hôm nay là thứ mấy?
오늘 무슨 요일입니까?
Ô nưl mu xưn dô i rim ni cá?

❖ Hôm nay là chủ nhật
오늘은 일요일입니다.
Ô nư rưn i riô il im ni tà

❖ Ngày cuối cùng trong tuần là thứ mấy?
주중에 마지막 날은 무슨 요일입니까?
Chu chưng ê ma chi mắc na rưn mu xưn do il im nì cá?

❖ Chủ nhật là ngày nghỉ
일요일은 휴일입니다
I riô i rưn hiu il im ni tà

❖ Thứ tư tuần sau là ngày nghỉ
다음주 수요일에 쉬는 날입니다.
Ta ưm chu xu dô i rê xuy nưn na rim ni tà

❖ Tôi dự định sẽ đi Seoul vào thứ năm tuần sau
다음 목요일에 서울에 가려고 합니다
Ta ưm mốc dô i rê sơ u rê ka riơ cô hăm ni tà

❖ Ngân hàng mở cửa từ thứ hai tới thứ sáu
은행은 월요일부터 금요일까지 열립니다.
Ưn heng ưn ươ riô il bu thơ cưm dô il ca chi dơ lim ni tà

❖ Chủ nhật tuần này sẽ làm cái gì?
이번 일요일에 무엇을 하겠습니까?
I bơn i riô i rê mu ơ xưl ha kết xưm ni cá?

❖ Thứ tư tuần vừa rồi là sinh nhật lần thứ hai mươi sáu của tôi
지난 수요일은 저의 스물 여섯 번째 생일입니다.
Chi nan xu dô i rưm chơ ưi xư mul dơ xớt bơn che xeng i rim ni tà

❖ Trong một tuần tôi làm việc sáu mươi tiếng
저는 일주일에 60 시간 일합니다.
Chơ nưn il chu i rê iúc xíp xi can il hăm ni tà

❖ Một năm có mười hai tháng
일년은 열두달이 있습니다.
Il niơ nưn dơ tu ta ri ít xưm ni tà.

❖ Tháng một là tháng lạnh nhất
1 월은 가장 추운 달입니다
Il ươ rưn ka chang chu un ta rim ni tà

❖ Tháng tám là tháng nóng nhất
8 월은 가장 더운 달입니다
Phal ươ rưn ka chang tơ un ta rim ni tà

❖ Tháng hai chỉ có hai mươi tám ngày
2 월은 28 일만 있습니다.
I ươ rưn i xíp phal il man ít xưm ni tà

❖ Tháng sau có ba mươi mốt ngày
다음달은 31 일이 있습니다.
Ta ưm ta rưn xam xíp il i ri ít xưm ni tà

❖ Mùa xuân bắt đầu từ tháng ba
봄은 3 월초에 시작됩니다.
Bô mưn xam ươl chô ê xi chác tuêm ni tà

❖ Kỳ nghỉ hè của công ty là khi nào nhỉ?
우리회사의 여름휴가 언제입니까?
U ri huê xa ưi dơ rưm hiu ka ơn chê im ni cá?

❖ Bắt đầu từ đầu tháng bảy và kết thúc vào cuối tháng bảy
7 월초에 시작해서 7 월말에 끝납니다.
*Chi rươl chô ê xi chác he xơ chi rươl ma rê cứt năm
ni tà*

❖ Kể từ khi tôi vào Công ty tới nay đã được năm tháng
저는 입사부터 지금까지 5 개월 되었습니다.
*Chơ nưn íp xa bu thơ chi cưm ca chi ô ke ươl tuê ớt
xưm ni tà*

❖ Tôi đến Hàn Quốc lần đầu tiên vào năm 2000
저는 2000 년 한국에 처음 왔습니다.
Chơ nưn i chơn niơn han cu cê chờ ưm oát xưm ni tà.

❖ Anh đến Hàn Quốc được bao lâu rồi?
한국에 온지 얼마나 되었습니까?
Han cu cê ôn chi ơl ma na tuê ớt xưm ni cá?

❖ Tôi đến Hàn Quốc được 3 năm rồi
저는 한국에 온지 3 년 되었습니다.
Chơ nưn Han cu cê ôn chi xam niơn tuê ớt xưm ni tà

❖ Vào năm 2002 giải vô địch bóng đá đã được tổ chức tại
Hàn Quốc và Nhật Bản.
2002 년에 한국과 일본에서 월드컵을
개최하였습니다.
*I chơn i nơ nê Han cúc cua il bôn ê xơ uơl từ khơ
pưl ke chuê ha iớt xưm ni tà*

6. Mùa, Thời tiết
계절, 날씨

❖ Một năm có mấy mùa?
일년에 몇 계절이 있습니까?
Il nơ nê miớt kiê chơ ri ít x ưm ni cá?

❖ Một năm có bốn mùa. Xuân, hạ, thu và mùa đông
사계절이 있습니다. 봄, 여름, 가을 그리고
겨울입니다.
*Xa kiê chơ ri ít xưm ni tà. Bôm, dơ rưm, ka ul cư ri
cô kiơ ul im ni tà*

❖ Bạn thích mùa nào nhất?
당신은 어느 계절을 좋아합니까?
Tang xi nưn ơ nư kiê chơ rưl chô a hăm ni cá?

❖ Tôi thích nhất là mùa thu và mùa xuân
나는 가을과 봄을 좋아합니다.
Na nưn ka ul cua bô mưl chô a hăm ni tà

❖ Ở Hàn Quốc mùa hè bắt đầu từ khi nào?
한국에서는 언제 여름이 시작됩니까?
Han cu cê xơ nưn ơn chơ dơ rư mi xi chác tuêm ni cá?

❖ Thường thì bắt đầu từ tháng sáu
보통 6월에 시작됩니다.
Bô thông du ươ rê xi chác tuêm ni tà

❖ Thời tiết ngày hôm nay đẹp thật
오늘은 참 아름다운 날씨입니다.
Ô nư rưn cham a rưm ta un nal xi im ni tà

❖ Không lạnh mà cũng không nóng
춥지도 않고 덥지도 않습니다.
Chúp chi tô an cô tợp chi tô an xưm ni tà

❖ Mùa xuân đang đến gần
봄이 가까이 오고 있습니다.
Bô mi ka ca i ô cô ít xưm ni tà

❖ Mùa xuân hình như là tất cả mọi vật đều trở nên hồi sinh
봄에는 모든 만물이 다시 소생하는 것 같습니다.
Bô mê nưn mô tưn man mu ri ta xi xô xeng ha nưn
cớt cát xưm ni tà

❖ Thời tiết ngày hè không thể nào dự đoán được
여름날의 날씨는 정말 예측할 수가 없습니다.
Dơ rưm na rê nal xi nưn chỏng ma dê chức hal xu
ka ợp xưm ni tà

❖ Mùa đông đã đi qua
  겨울이 이미 지나갔습니다.
  Kiơ u ri i mi chi na cát xưm ni tà

❖ Buổi sáng hôm nay âm sáu độ
  오늘 아침은 영하 6 도였습니다.
  Ô nưl a chi mưm iơng ha íuc tô dớt xưm ni tà

❖ Tôi nghĩ rằng mùa đông năm nay là mùa đông lạnh nhất
  trong thời gian tôi ở Hàn Quốc
  올 겨울은 내가 한국에서 겪었던 가장 추운
  겨울이라고 생각합니다.
  Ôl kiơ u rưm ne ka han cu cê xơ kiớc cớt tơn ka
  chang chu un kiơ u ri ra cô xeng các hăm ni tà

❖ Thời tiết ngày hôm nay thế nào?
  오늘 날씨가 어떻습니까?
  Ô nưl nal xi ka ơ tớt xưm ni cá?

❖ Thời tiết rất là tốt
  날씨가 좋습니다.
  Nal xi ca chốt xưm ni tà

❖ Thời tiết rất xấu
  날씨가 나쁩니다.
  Nal xi ca na bưm ni tà

❖ Ngày mai có lẽ là trời sẽ mưa
  내일 비가 올 것 같습니다.
  Ne il bi ka ôl cớt cát xưm ni tà

❖ Ngày hôm nay rất là lạnh
오늘 매우 춥습니다.
Ô nưl me u chúp xưm ni tà

❖ Mùa hè ở Hàn Quốc thường xuyên mưa
한국에서는 여름에 비가 많이 옵니다.
Han cu cê xơ nưn dơ rư mê bi ca ma ni ôm ni tà

❖ Dự báo thời tiết ngày mai thế nào?
내일 일기예보는 어떻습니까?
Ne il il ki dê bô nưn ơ tớt xưm ni cá?

❖ Ngày mai có lẽ sẽ có tuyết
내일 눈이 올 것 같습니다.
Ne il nu ni ôl cớt cát xưm ni tà

❖ Theo đài dự báo thời tiết thì chiều mai sẽ có bão rất mạnh
일기예보 방송에 의하면 내일 오후에 태풍이
불거라고 합니다.
Il ki dê bô bang xông ê ưi ha mơn ne il ô hu ê the
phung i bul kơ ra cô hăm nì ta

❖ Mùa đông rất dễ bị cảm cúm
겨울에는 감기가 들기 쉽습니다
Kiơ u rê nưn kam ki ka tưl ki xuýp xưm ni tà

❖ Thời tiết đột nhiên thay đổi
날씨가 갑자기 변했습니다.
Nal xi ka cáp cha ki biơn hét xưm ni tà

❖ Tôi rất sợ bão và hồng thủy
  저는 태풍과 홍수를 아주 무서워합니다.
  *Chơ nưn the phung cua hông xu rưl a chu mu xơ
  ươ hăm ni tà*

7. Tên, Tuổi, Gia đình
이름, 나이, 가족

❖ Tên của anh là gì?
  당신의 이름은 무엇입니까?
  Tang xin ưi i rư mưn mu ơ xim ni cá?

❖ Tên của tôi là Lê Văn Dương
  제 이름은 레 반 영 입니다.
  Chê i rư·mưn Lê Ban Iơng im ni tà

❖ Danh tính bố của anh là gì?
  당신의 아버님의 성함은 무엇입니까?
  Tang xin ưi a bơ nim ưi xơng ha mưn mu ơ xim ni cá?

❖ Bao nhiêu tuổi rồi?
  나이가 어떻습니까?
  Na i ka ơ tớt xưm ni cá?

❖ Tôi 30 mười tuổi
  나는 서른 살입니다.
  Na nưn xơ rưn xal im ni tà

❖ Anh nghĩ tôi bao nhiêu tuổi?
내가 몇 살이라고 생각합니까?
Ne ka miớt xa ri ra cô xeng các hăm ni cá?

❖ Nhìn anh còn trẻ mà
당신은 젊어 보입니다
Tang xi nưn chơl mơ bô im ni tà

❖ Có thể đoán được tuổi của tôi không?
제 나이를 맞힐 수 있습니까?
Chê na i rưl mát hil xu ít xưm ni cá?

❖ Anh chừng 40 tuổi
당신은 아마 마흔 살입니다.
Tang xi nưn a ma ma hưn xa rim ni tà

❖ Họ của ông trưởng phòng Công ty mình là gì ấy nhỉ?
우리회사 과장님의 성은 무엇입니까?
U ri huê xa cua chang nim ưi xơng ưm mu ơ xim ni cá?

❖ Họ của ông ấy là Kim
과장님의 성은 김입니다
Qua chang nim ưi xơng ưm kim im ni tà

❖ Ở Hàn Quốc nhiều nhất chủ yếu là họ gì nhỉ?
한국에서 가장 흔한 성들은 무엇입니까?
Han cu cê xơ ka chang hưn han xơng tư rưn mu ơ xim ni cá?

❖ Ở Hàn Quốc họ nhiều nhất chủ yếu là họ Kim và họ Park
김 과 박은 한국에서 가장 흔한 성들입니다.
Kim oa ba cưn han cu cê xơ ka chang hưn han xơng tư rim ni tà

Tiếng Hàn dành cho người...

❖ Anh tuổi gì thế?
당신의 띠는 무엇입니까?
Tang xin ưi ti nưn mu ơ xim ni cá?

❖ Tôi tuổi hổ, thế còn anh?
나는 호랑이 띠 입니다. 당신은?
Na nưn hô rang i ti im ni tà. Tang xin ưn?

❖ Chúng ta bằng tuổi
나와 동갑입니다.
Na oa tông cáp im ni tà

❖ Thì ra Tôi với anh cùng tuổi hổ
나와 같은 호랑이띠구나
Na oa ka thưn hô rang i ti kù na

❖ Lo âu và bệnh tật làm con người già đi nhanh
근심과 병이 사람을 빨리 늙게 합니다.
Cưn xim cua biong i xa ra mưl ba li nựt kê hăm ni tà

❖ Gia đình anh có mấy người?
당신의 가족이 몇 명 있습니까?
Tang xin ưi ka chô ki miớt miong ít xưm ni cá?

❖ Có 5 người
다섯 명 있습니다.
Ta xớt miong ít xưm ni tà

❖ Còn bố chứ?
아버지가 계십니까?
A bơ chi ka kiê xim ni cá?

❖ Còn bà chứ?
  할머니가 계십니까?
  Hal mơ ni ka kiê xim ni cá?

❖ Anh chị em có mấy người?
  형제가 어떻게 됩니까?
  Hiơng chế ka ơ tớt kê tuêm ni cá?

❖ Tôi có một chị gái và một anh trai
  언니 한분과 형 한분 계십니다.
  Ơn ni hăn bun cua hiơng hăn bun kiê xim ni tà

❖ Anh có mấy người con?
  아이들이 몇 명 있습니까?
  A i tư ri miớt miơng ít xưm ni cá?

❖ Tôi có một con trai và một con gái
  아들 하나와 딸 하나가 있습니다.
  A tư ha na oa tal ha na ka ít xưm ni tà

❖ Nghề nghiệp của chị nhà là gì ạ?
  댁의 아내는 직업이 무엇입니까?
  Téc ưi a ne nưn chi cớ pi mu ơ xim ni cá?

❖ Vợ tôi là giáo viên
  제 아내는 선생님입니다
  Chê a ne nưn xơn xeng nim im ni tà

❖ Anh đã kết hôn lúc nào?
  언제 결혼 하셨습니까?
  Ơn chê kiơ rôn ha xiớt xưm ni cá?

❖ Sau khi tốt nghiệp đại học thì tôi đã kết hôn
   저는 대학교를 졸업하고 나서 결혼했습니다.
   Chơ nưn te hác kiô rưl chô rớp ha cô na xơ kiơ rôn
   hét xưm ni tà

❖ Tôi có ý định sẽ kết hôn sau khi kết thúc 3 năm tu nghiệp
   저는 3 년 연수를 끝내고 결혼을 하려 합니다.
   Chơ nưn xam niơn iơn xu rưl cứt ne cô kiê rô nưl
   a riơ cô hăm ni tà

❖ Đã đính hôn rồi à?
   약혼하셨습니까?
   Íac hôn ha xiớt xưm ni cá?

❖ Vâng, tôi đã đính hôn rồi
   예, 약혼했습니다.
   Dê, iác hôn hét xưm ni tà

❖ Vợ chưa cưới của tôi là giáo viên cấp 2
   제 약혼자는 중학교의 선생님입니다
   Chê iác hôn cha nưn chung hác kiô ưi xơn xeng
   nim im ni tà

8. Phần từ mới liên quan
관련단어

| Lần đầu | 처음 | *Chờ ưm* |
| Gặp | 만나다 | *Man na tà* |

Vui mừng	반갑다	*Ban cáp tà*
Sức khỏe	건강	*Kơn kang*
Thăm hỏi	안부	*An bu*
Buôn bán	사업	*Xa ớp*
Gây trở ngại	방해하다	*Bang he ha tà*
Tha thứ	용서하다	*Iông xơ ha tà*
Cơ hội	기회	*Ki huê*
Cố ý	고의	*Cô ưi*
Quên	잊다	*Ích tù*
Làm việc	근무하다	*Cừn mu ha tà*
Nông dân	농민	*Nông min*
Sinh viên	대학생	*Te hác xeng*
Tốt nghiệp	졸업하다	*Chô rớp ha tà*
Giáo viên	교사	*Kiô xa*
Chào hỏi	인사	*In xa*
Cảm ơn	감사하다	*Cam xa ha tà*
Giới thiệu	소개하다	*Xô ke ha tà*
Đài truyền hình	방송국	*Bang xông cúc*
Con út	막내	*Mác ne*
Về hưu	정년	*Chơng niơn*
Danh thiếp	명함	*Miơng hăm*
Thời gian	시간	*Xi can*

Tiếng Hàn dành cho người...

Số	수	*Xu*
Ngày	요일	*Iô il*
Tháng	달	*Tal*
Năm	년	*Niơn*
Mùa	계절	*Kiê chơl*
Thời tiết	날씨	*Nal xi*
Đẹp	아름답다	*A rưm táp tà*
Lạnh	춥다	*Chúp tà*
Nóng	덥다	*Tợp tà*
Dự đoán	예측	*Dê chức*
Đi qua	지나가다	*Chi na ca tà*
Mưa	비	*Bi*
Tên	이름	*I rưm*
Tuổi	나이	*Na i*
Gia đình	가족	*Ca chốc*
Bố	아버지	*A bơ chi*
Mẹ	어머니	*Ơ mơ ni*
Em	동생	*Tông xeng*
Thời gian	시간	*Xi can*
Giây	초	*chô*
Phút	분	*Bun*
Giờ	시	*Xi*

Nửa	반	*Ban*
Kém	…전	*Chơn*
Sáng	아침	*A chim*
Trưa	점심	*Chơm xim*
Chiều	오후	*Ô hu*
Tối	저녁	*Chơ niức*
Ban đêm	밤	*Bam*
Ban ngày	낮	*Nát*
Mùa	세절	*Kiê chơl*
Xuân	봄	*Bôm*
Hạ	여름	*Dơ rưm*
Thu	가을	*Ca ưl*
Đông	겨울	*Kiơ ul*
Ngày	일	*Il*
Tháng	월	*Uơl*
Năm	년	*Niơn*
Thứ hai	월요일	*Uơ riô il*
Thứ ba	화요일	*Hoa dô il*
Thứ tư	수요일	*Xu dô il*
Thứ năm	목요일	*Mốc dô il*
Thứ sáu	금요일	*Cưm dô il*
Thứ bảy	토요일	*Thô dô il*

Chủ nhật	일요일	*I riô il*
Tuần	주	*Chu*
Tuần này	이번주	*I bơn chu*
Tuần sau	다음주	*Ta ưm chu*
Tuần trước	지난주	*Chi nan chu*
Tháng	달	*Tal*
Tháng này	이번달	*I bơn tal*
Tháng sau	다음달	*Ta ưm tal*
Tháng trước	지난달	*Chi nan tal*
Hôm nay	오늘	*Ô nưl*
Hôm qua	어제	*Ơ chê*
Ngày mai	내일	*Ne il*
Tháng 1	일월	*I rươl*
Tháng 2	이월	*I ươl*
Tháng 3	삼월	*Xam ươl*
Tháng 4	사월	*Xa ươl*
Tháng 5	오월	*Ô ươl*
Tháng 6	유월	*Iu ươl*
Tháng 7	칠월	*Chi rươl*
Tháng 8	팔월	*Pha rươl*
Tháng 9	구월	*Cu ươl*
Tháng 10	시월	*Xi ươl*
Tháng 11	십일월	*Xíp i rươl*

Tháng 12	십이월	*Xíp i uơl*
Năm nay	금년	*Cưm niơn*
Năm sau	내년	*Ne niơn*
Năm ngoái	작년	*Chác niơn*

Số, Số đếm, Số thứ tự
수, 숫자, 순번

Số	숫자	*Xút cha*
Không	영, 공	*Iơng, Công*
Một	일	*Il*
Hai	이	*I*
Ba	삼	*Xam*
Bốn	사	*Xa*
Năm	오	*Ô*
Sáu	육	*Dúc*
Bảy	칠	*Chil*
Tám	팔	*Phal*
Chín	구	*Cu*
Mười	십	*Xíp*
Hai mươi	이십	*I xíp*
Ba mươi	삼십	*Xam xíp*

Bốn mươi	사십	*Xa xíp*
Năm mươi	오십	*Ô xíp*
Sáu mươi	육십	*Iúc xíp*
Bảy mươi	칠십	*Chil xíp*
Tám mươi	팔십	*Phal xíp*
Chín mươi	구십	*Cu xíp*
Một trăm	백	*Béc*
Ngàn	천	*Chơn*
Mười ngàn	만	*Man*
Triệu	백만	*Béc man*

Chỉ số lượng, tuổi, cái, con, chiếc, thời gian
수량, 나이, 개, 마리, 대, 시간

Một	하나	*Ha na*
Hai	둘	*Tul*
Ba	셋	*Xết*
Bốn	넷	*Nết*
Năm	다섯	*Ta xớt*
Sáu	여섯	*Dơ xớt*
Bảy	일곱	*Il cốp*
Tám	열덟	*Dơl tơl*

Chín	아홉	*A hốp*
Mười	열	*Dơl*
Hai mươi	스물	*Xư mul*
Ba mươi	서른	*Xơ run*
Bốn mươi	마흔	*Ma hưn*
Năm mươi	쉰	*Xuyn*
Sáu mươi	예순	*Dê xun*
Bảy mươi	일흔	*Il hưn*
Tám mươi	여든	*Dô tưn*
Chín mươi	아흔	*A hưn*
Lần thứ nhất	첫째	*Chớt che*
Lần thứ hai	둘째	*Tul che*
Lần thứ ba	셋째	*Xết che*

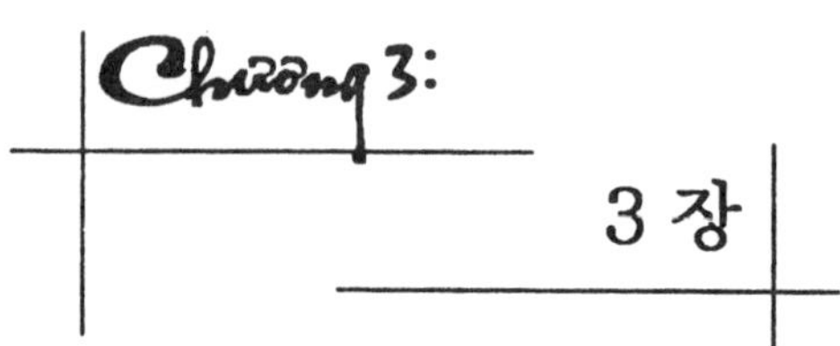

SÂN BAY
공항

1. Ở sân bay
공항에서

❖ Cái chỗ ngồi này ở đâu thế?
  이 좌석은 어디에 있습니까?
  I chua xơ cưn ơ ti ê ít xưm ni cá?

❖ Đây là vé của tôi
  이것이 제 탑승권입니다.
  I cớ xi chê tháp xưng kươn im ni tà

❖ Xin lỗi, chỗ ngồi của tôi ở phía trong, cho tôi đi qua một chút
  죄송합니다. 제 좌석은 안쪽에 있으니 들어가겠습니다.
  Chuê xông hăm ni tà. Chê chua xơ cưn an chô cê ít
  xư ni tư rơ ca kết xưm ni tà

❖ Hãy tránh ra cho một chút
  좀 비켜주세요.
  Chôm bi khiơ chu xê dồ

❖ Tôi muốn ngồi chung với bạn của tôi, ông có thể đổi chỗ
  cho tôi được không?
  제 친구와 같이 앉고 싶은데 좌석을 좀 바꿔주시겠어요?
  Chê chin cu oa cát chi an cô xi phưn tê chua xơ cưl
  chôm ba cươ chu xi kết xờ dô?

Tiếng Hàn dành cho người...

❖ Chị ơi, Có báo Việt Nam không?
  .아가씨, 베트남 신문 있습니까?
  A ca xi, Bê thư nam xin mun ít xưm ni cá?

❖ Hãy gài dây an toàn cho
  안전벨트를 매어 주십시오
  An chơn bêl thư rưl me ơ chu xíp xi ô

❖ Ông (Bà) dùng cái gì ạ?
  무엇을 드릴까요?
  Mu ơ xưl tư ril ca iô?

❖ Có những món gì thế?
  어떤 음식이 있습니까?
  Ơ tơn ưm xí ki ít xưm ni cá?

❖ Có thịt bò và cá
  쇠고기와 생선이 있습니다.
  Xuê cô ki oa xeng xơ ni ít xưm ni tà

❖ Cho tôi thức ăn làm bằng cá
  생선으로 만든 음식을 주십시오
  Xeng xơ nư rô man tưn ưm xí cưl chu xíp xi ô

❖ Có cháo không?
  죽이 있습니까?.
  Chu ki ít xưm ni cá?

❖ Ngài dùng nước gì ạ?
  무엇을 마시겠습니까?
  Mu ở xưl ma xi kết xưm ni cá?

❖ Có những loại gì thế?
어떤 음료가 있습니까?
Ơ tơn ưm riô ka ít xưm ni cá?

❖ Ngài dùng trà hay dùng cafe ạ?
커피 드시겠습니까, 차 드시겠습니까?
Khơ phi tư xi kết xưm ni cá, cha tư xi kết xưm ni cá?

❖ Trừ trà với cafê ra không còn thức uống khác à?
커피랑 차 말고 다른 음료는 없습니까?
Khơ phi rang cha mal cỏ ta rưn ưm niu nưn ợp xưm ni cá?

❖ Có cô ca, nước trái cây và nước suối
콜라, 주스 그리고 생수가 있습니다.
Cô la, chu xừ cừ ri cô xeng xu ca ít xưm ni tà

❖ Có cả bia nữa chứ?
혹은 맥주도 있습니까?
Hô cưn méc chu tô ít xưm ni cá?

❖ Vâng, có ạ
예, 있습니다
Dê, ít xưm ni tà

❖ Cho tôi một chai bia
맥주 한 병 주세요
Méc chu hăn biơng chu xê dồ

❖ Cho tôi một ly Coca
콜라 한잔 주십시오
Côl la hăn chan chu xíp xi ô

Tiếng Hàn dành cho người...

❖ Cho tôi nước có gaz
  사이다 한잔 주십시오
  Sa i tà hăn chan chu xíp xi ô

❖ Cho một một ly nước trái cây
  주스 한잔 주십시오
  Chu xừ hăn chan chu xíp xi ô

❖ Cho một ly nước suối
  생수 한 잔 주십시오
  Seng su hăn chan chu xíp xi ô

❖ Tôi bị đau bụng, có thuốc không?
  저는 배가 아픈데요. 약이 있습니까?
  Chơ nưn be ca a phưn tề dô. Ia ci ít xưm ni cá?

❖ Nhà vệ sinh có ở đâu?
  화장실이 어디입니까?
  Hoa chang xi ri ơ ti im ni cá?

❖ Hãy ghi vào tờ xin nhập cảnh cho
  입국신고서를 작성해주십시오
  Íp cúc xin chơng xơ rưl chác xơng he chu xíp xi ô

❖ Cho tôi mượn một chiếc bút được không?
  펜을 좀 빌려 주시겠습니까?
  Phê nưl chôm bi lơ chu xi kết xưm ni cá?

❖ Tôi ghi thế này được chứ ạ?
  이렇게 작성하면 되나요?
  I rớt kê chác xơng ha mơn tuê na dô?

❖ Tôi ghi sai rồi mất rồi
저는 잘못 썼습니다.
Chơ nưn chal mốt xớt xưm ni tà

❖ Hãy cho tôi thêm một tờ khai báo nhập cảnh
입국신고서를 한 장 더 주세요.
Íp cúc xin cô xơ rưl hăn chang tơ chu xê dồ

❖ Hãy gọi cho tôi một tiếp viên có thể nói tiếng Việt
베트남어를 하는 승무원을 불러주세요.
Bê thư nam ơ rưl ha nưn xưng mu ươ nưl bu lơ chu xê dồ

❖ Những thứ này là hàng miễn thuế phải không?
이것들은 면세품 입니까?
I cớt tư rưn miơn xê phum im ni cá?

❖ Tôi muốn mua cho các bạn đồng liêu người Hàn Quốc
một món qùa, nên mua cái gì thì tốt nhỉ?
한국 동료에게 줄 선물을 사고 싶은데 무엇이
제일 좋습니까?
*Han cúc tông niô ê kê chul xơn mu rưl xa cô xi phưn
tê mu ơ xi chể il chốt xưm ni cá?*

❖ Tôi nghĩ rằng nên cho rượu hoặc thuốc lá
술이나 담배 선물이 좋을 것 같습니다.
Xu ri na tam be xơn mu ri chô hưl cớt cát xưm ni tà.

❖ Thế thì cho tôi một chai rượu vậy
그럼 술을 한 병 주세요
Cư rơm xu rưl hăn biơng chu xê dồ

❖ Tính bằng tiền đô cũng được chứ?
  달러로 계산해도 됩니까?
  Ta lơ rô kiê san he tô tuêm ni cá?

❖ Tôi hơi cảm thấy lạnh ví thế hãy mang cho tôi chăn màn
  좀 추우니까 담요를 가져다 주세요
  Chôm chu u ni ca tam dô rưl ca chiơ ta chu xê dồ

❖ Khoảng mấy giờ thì sẽ đến sân bay Incheon?
  인천 공항에는 몇 시쯤 도착합니까?
  In chơn công hang ê nưn miết xi chưm tô chác hăm ni cá?

❖ Chừng nào sẽ tới nơi?
  언제 도착하나요?
  Ơn chê tô chác ha na dố?

❖ Có lẽ chừng 9 giờ sẽ tới nơi
  아홉 시 정도에 도착할 거에요
  A hốp xi chơng tô ê tô chác hal kơ ê dồ

❖ Tại sao lại đến muộn?
  왜 연착하는 겁니까?
  Oe iơn chác ha nưn kơm ni cá?

❖ Vì lý do thời tiết máy bay sẽ trễ mất 30 phút
  날씨 관계로 비행기가 30 분 지연되고 있습니다.
  Nal xi cuan kiê rô bi heng ki ca xam xíp bun chi iơn tuê cô ít xưm ni tà.

❖ Mong qúy khách thông cảm cho
  승객 여러분의 양해를 부탁합니다
  Xưng kéc dơ rơ bun ưi iang he rưl bu thác hăm ni tà

❖ Kính thưa qúy khách, máy bay chúng ta đã hạ cánh xuống sân bay Incheon
승객 여러분, 인천 공항에 도착했습니다.
Xưng kéc dơ rơ bun, In chơn công hang ê tô chác hét xưm ni tà

❖ Bây giờ giờ Hàn Quốc là 9 giờ sáng
지금 한국 시간은 AM 9 시입니다.
Chi cưm han cúc xi ca nưn am a hốp xi im ni tà

❖ Nhiệt độ bên ngoài là 14 độ và thời tiết rất là tốt
밖에 온노는 14 노이며 날씨가 좋습니다.
Bắc kê ôn tô nưn xíp xa tô i mơ nal xi ca chốt xưm ni tà

❖ Chúc qúy vị có những ngày thật vui vẻ ở Hàn Quốc
한국에서 즐거운 날을 보내시길 바랍니다.
Han cu cê xơ chưl cơ un na rưl bô nê xi kil ba răm ni tà

❖ Nơi làm thủ tục nhập cảnh ở đâu thế?
입국 심사장은 어디에 있습니까?
Íp cúc xim xa chang ưn ơ ti ê ít xưm ni cá?

❖ Ở ngay đằng kia
바로 저쪽입니다.
Ba rô chơ chốc im ni tà

2. Nơi làm thủ tục nhập cảnh
입국 심사장에서

❖ Xin cho xem hộ chiếu
여권을 보여주십시오
Dơ kươ nưl bô dơ chu xíl xi ô

❖ Đây ạ
여기 있습니다.
Dơ ki ít xưm ni tà

❖ Qúy vị đến Hàn Quốc với mục đích gì?
한국에 오신 목적이 무엇입니까?
Han cu cê ô xin mốc chơ ki mu ơ xim ni cá?

❖ Tôi đến để làm việc
일하러 왔습니다.
Il ha rơ oát xưm ni tà

❖ Qúy khách đến Hàn Quốc với tư cách gì?
손님은 무슨 자격으로 한국에 왔습니까?
*Xôn ni mưn mu xưn cha kiơ cư rô han cu cê oát
xưm ni cá?*

❖ Tôi đến Hàn Quốc với tư cách tu nghiệp sinh công nghiệp
저는 산업연수생 자격으로 왔습니다.
Chơ nưn xan óp iơn xu xeng cha kiơ cư rô oát xưm ni tà

❖ Tôi đến đây với tư cách người lao động
   저는 근로자 자격으로 왔습니다.
   Chơ nưn cừm rô cha cha kiơ cư rô oát xưm ni tà

❖ Hình này chụp khi nào thế?
   이 사진은 언제 찍었습니까?
   I xa chi nưn ơn chê chic cớt xưm ni cá?

❖ Qúy khách và hình dán trong hộ chiếu không giống nhau
   손님하고 여권에 붙은 사진이 닮지 않았습니다.
   Xôn nim ha cô dơ kươ nê bu thưm xa chi ni tam chi an xưm ni tà

❖ Chụp cách đây một năm rồi nên nhìn như thế đấy
   1 년 전에 찍어서 그런가 봅니다.
   Il niơn chơ nê chic cơ xơ cư rơn ca bôm ni tà

❖ Qúy khách tới Hàn Quốc lần đầu à?
   손님은 처음 한국에 왔습니까?
   Xôn ni mưn chờ ưm han cu cê oát xưm ni cá?

❖ Vâng, tôi đến Hàn Quốc lần đầu
   네, 한국에 처음 왔습니다.
   Nê, han cu cê chờ ưm oát xưm ni tà

❖ Trước đây Qúy khác đã từng đến Hàn Quốc lần nào chưa?
   전에 한국에 오신적이 있습니까?
   Chơ nê Han cu cê ô xin chơ ki ít xưm ni cá?

❖ Tôi chưa đến Hàn Quốc lần nào cả
   저는 한국에 온적이 없습니다..
   Chơ nưm han cu cê ôn chơ ki ợp xưm ni tà.

101

❖ Tôi đã từng đến Hàn Quốc để du lịch vào năm 2003.
2003 년 한국에 여행하러 왔습니다.
I chơn xam niơn han cu cê dơ heng ha rơ oát xưm ni tà.

❖ Qúy khách sẽ ở lại Hàn Quốc trong bao lâu?
한국에 얼마나 머무르실 예정입니까?
Han cu cê ơl ma na mơ mu rư xil dê chơng im ni cá?

❖ Có lẽ là 3 năm
3 년 동안 있을 것 같습니다.
Xam niơn tông an ít xưl cớt cát xưm ni tà

❖ Địa chỉ công ty thế nào?
회사 주소는 어떻게 되나요?
Huê xa chu xô nưn ơ tớt kê tuê nả dô?

❖ Đây là địa chỉ công ty mà tôi sẽ làm việc
여기 제가 근무할 회사의 주소입니다.
Dơ ki chê ca cưn mu hal huê xa ưi chu xô im ni tà

❖ Tôi không biết tiếng Hàn Quốc vì thế hãy liên lạc với
người quản lý của công ty chúng tôi
저는 한국말을 모르니까 우리 회사의
관리자에게 연락해주십시오
*Chơ nưn han cúc ma rưl mô rư ni ca u ri huê xa ưi
kuan li cha ê kê iơn lác he chu xíp xi ô.*

❖ Đây là số điện thoại của người quản lý công ty chung tôi
여기 우리 회사 관리자의 전화번호입니다.
*Dơ ki u ri huê xa kuan li cha ưi chơn hoa bơn hô
im ni tà*

3. Tìm hành lý
짐 찾기

❖ Có thể tìm hành lý ở đâu ạ?
어디서 짐을 찾나요?
Ơ ti xơ chi mưl chát nả dô?

❖ Tôi đi chuyến bay Hàng không Asiana OZ 938, tìm hành
lý ở đâu?
아시아나 항공 OZ 938 편은 어디에서 짐을
찾나요?
A xi a na hang công OZ cu béc xam xíp phal phiơ
nưn ơ ti ê xơ chi mưl chát na dô?

❖ Tôi không thể tìm thấy hành lý của mình
제 짐은 찾을 수가 없습니다.
Chê chi mưl cha chưl xu ca ợp xưm ni tà

❖ Mặc dù đã chờ rất lâu nhưng hành lý của tôi vẫn chưa tới
많이 기다렸는데 제 짐이 도착하지 않았습니다.
Ma ni ki ta riớt nưn tê chê chi mi tô chác ha chi a
nát xưm ni tà

❖ Qúy khách đã đi hãng hàng không nào?
손님께선 어느 항공편에 타셨습니까?
Xôn nim cê xơn ơ nư hang công phiơ nê tha xiớt
xưm ni cá?

❖ Đi chuyến bay OZ938 hãng hàng không Asiana airlines hạ
  cách lúc 10 giờ
  10 시 도착한 아시아나 항공 OZ 938 편에
  탔습니다.
  *Dơ xi tô chác han a xi a na hang công OZ cu béc
  xam xíp phal phiơ nê thát xưm ni tà*

❖ Cái này là hành lý của tôi
  이건 제 짐입니다.
  I cơn chê chim im ni tà

❖ Hành lý của tôi đang còn một cái nữa
  제 짐은 하나 남아 있습니다.
  Chê chi mun ha na na ma ít xưm ni tà

❖ Hành lý của tôi là cái cặp màu vàng
  제 짐은 노란색 가방입니다
  Chê chi mưn nô ran xéc ca bang im ni tà

❖ Qúy khách xin cho xem phiếu hành lý
  손님의 수화물표를 좀 보여주세요
  Xôn nim ưi xu hoa mul phiô rưl chôm bô dơ chu xê dỏ

❖ Đây là phiếu hành lý của tôi
  이것이 제 수화물표입니다.
  I cơ xi chê xu hoa mul phiô im ni tà

❖ Phải chờ bao lâu mới có thể tìm được?
  얼마나 기다려야 찾을 수 있을까요?
  Ơl ma na ki ta riơ da cha chưl xu ít xưl cả dô?

❖ Nếu tìm được hành lý thì liên lạc ngay cho tôi nhé
  짐을 찾으면 바로 저에게 연락해주세요.
  Chi mưl cha chư miơn ba rô chơ ê kê iơn lác chu xê dồ

❖ Đây là số điện thoại và địa chỉ của tôi
  이것은 제 전화번호와 주소입니다.
  I cơ xưn chê chơn hoa bơn hô oa chu xô im ni tà

❖ Nếu tìm được hành lý thì hãy gửi theo địa chỉ này chỗ tôi
  짐을 찾으면 이 주소로 보내 주십시오
  Chi mưl cha chư miơn i chu xô rô bô ne chu xíp xi ô

4. Hải quan
세관에서

❖ Có hàng phải khai báo hải quan không?
  세관에 신고할 물품이 있나요?
  Xê koa nê xin cô hal mul phu mi ít na dô?

❖ Không có cái gì phải khai báo cả ạ
  신고할 것이 없습니다.
  Xin cô hal cớ xi ợp xưm ni tà

❖ Trong cái cặp này có cái gì?
  이 가방에는 무엇이 있습니까?
  I ka bang ê nưn mu ơ xi ít xưm ni cá?

❖ Tất cả là đồ dùng cá nhân
   모두 개인용품들입니다
   Mô tu ke in iông phum tư rim ni tà

❖ Đây là cái gì?
   이것은 무엇입니까?
   I cơ xưn mu ở xim ni cá?

❖ Đây là những thứ tôi làm qùa cho các bạn người Hàn Quốc
   이것은 저의 한국친구들에게 줄 선물입니다.
   I cơ xưn chơ ưi han cúc chin cu tư rê kê chul xơn mul im ni tà

❖ Thế còn cái này?
   이 물건들?
   I mul cơn tư?

❖ Những thứ này là thứ tôi sử dụng
   이 물건들은 제가 쓰는 것입니다.
   I mul cơn tư rưm chê ca xư nưn cơ xim ni tà

❖ Xin lỗi nhưng những thư hoa qùa này đưa vào là không được
   미안하지만 이 과일들은 반입이 안됩니다.
   Mi an ha chi man i cua il tư rưm ban í pi an tuêm ni tà

❖ Những hoa qùa này là qùa cho bạn quê hương vì thế hãy
   thông cảm cho
   이 과일들은 고향친구에게 줄 선물이니까
   통감해주십시오.
   I cua il tư rưm cô hiang chin cu ê kê chul xơn mu ri
   ni ca thông cam he chu xíp xi ô

❖ Thưa quý khách cái này là nguyên tắc. Mong quý khách
  hãy tuân thủ tốt luật Hàn Quốc
  손님, 이것은 원칙입니다. 한국 법을 잘
  준수해주시기를 바랍니다.
  Xôn nim, i cơ xưn ươn chic im ni tà. Han cúc bơ
  pưl chal chun xu he chu xi ki rưl ba răm ni tà

❖ Mở cái cặp này ra được chứ ạ?
  이 가방을 열어봐도 되겠습니까?
  I ka bang ưl dơ rơ boa tô tuê kết xưm ni cá?

❖ Vâng hãy mở đi ạ
  예, 열어보세요
  Dê, dơ rơ bô xê dồ

❖ Bây giờ tôi đóng cặp được rồi phải không?
  지금 가방을 닫아도 되겠습니까?
  Chi cưm ka bang ưl ta ta tô tuê kết xưm ni cá?

❖ Bây giờ tôi đi được rồi chứ?
  지금 가도 됩니까?
  Chi cưm ka tô tuêm ni cá?

5. Phần từ mới liên quan
관련단어

| Máy bay | 비행기 | *Heng ki* |
| Máy bay trực thăng | 해리콥터 | *He li khô thơ* |

Sân bay	공항	*Công hang*
Hãng hàng không	항공사	*Hang công xa*
Vé máy bay	항공권	*Hang công kuôn*
Chỗ ngồi	좌석	*Chua xóc*
Vé lên máy bay	탑승권	*Tháp xưm kuon*
Xuống máy bay	비행기에서 내리다	*Bi heng ki ê xơ ne ri tà*
Tiếp viên hàng không	승무원	*Xưng mu uôn*
Xuất cảnh	출국하다	*Chul cúc ha tà*
Nhập cảnh	입국하다	*Íp cúc ha tà*
Cất cánh	이륙 하다	*l iúc ha tà*
Hạ cánh	착륙하다	*Chác riúc ha tà*
Dây an toàn	안전벨트	*An chơn bêl thừ*
Bản khai báo nhập cảnh	입국신고서	*Íp cúc xin cô xơ*
Bản khai báo xuất cảnh	출국 신고서	*Chul cúc xin cô xơ*
Kêu, gọi	부르다	*Bu rư tà*
Hàng miễn thuế	면세품	*Miơn xê phum*
Qùa	선물	*Xơn mul*
Cái chăn	담요	*Tam dô*
Đến trễ	연착하다	*Iơn chác hà tà*
Nhiệt độ	온도	*Ôn tô*

Hộ chiếu	여권	*Dơ kuơn*
Mục đích	목적	*Mốc chóc*
Trú ngụ	머무르다	*Mê mu rư tà*
Liên lạc	연락하다	*Iơn lác ha tà*
Đeo	매다	*Me tà*
Gửi hành lý	짐을 부치다	*Chim ul bu chi tô*
Hành lý	짐	*Chim*
Tìm kiếm	찾다	*Chát tà*
Đi vào	들어가다	*Tư rơ ka tà*
Tránh ra	비키다	*Bi khi tà*
Đổi	바꾸다	*Ba cu tà*
Phiếu gửi hành lý	수화물표	*Xô hoa mul phiô*
Hải quan	세관	*Xê kuan*
Khai báo	신고하다	*Xin cô hà tà*
Mang vào	반입	*Ban íp*
Nộp lại	반납	*Ban n áp*
Nguyên tắc	원칙	*Uơn chíc*
Đồ uống	음료	*Ưm riô*
Thức ăn	음식	*Ưm xíc*
Cô la	콜라	*Khô la*
Nước có gas	사이다	*Xa i chừ*

Nước trái cây	주스	*Chu xừ*
Nước suối	생수	*Xeng xu*
Trà	차	*Cha*
Báo chí	신문	*Xin mun*
Viết	쓰다	*Xư tà*
Rượu	술	*Xul*
Thuốc lá	담배	*Tam be*
Tính toán	계산하다	*Kiê xan ha tà*
Đô la	달러	*Ta lơ*
Nơi thẩm tra nhập quốc	입국 심사장	*Íp cúc xim xa chang*
Tư cách	자격	*Cha kiớc*
Tu nghiệp sinh công nghiệp	산업연수생	*Xan ớp iơn xu xeng*
Người lao động	근로자	*Cừn lô cha*
Giống	닮다	*Tam tà*
Dán	붙다	*Bút tà*
Địa chỉ	주소	*Chu xô*
Người quản lý	관리자	*Kuan lý cha*
Số điện thoại	전화번호	*Chơn hoa bơn hô*
Chờ đợi	기다리다	*Ki ta ri tà*
Cái cặp	가방	*Ka bang*

Khai báo	신고	*Xin cô*
Hoa qủa	과일	*Cua il*
Thông cảm	통감하다	*Thông cam ha tà*
Tuân thủ	준수하다	*Chun xu ha tà*
Mở	열다	*Dol tà*
Đóng	닫다	*Tát tà*

8. Các bản khai ở sân bay
공항에서 신고하는 것들

대한민국 입국신고서 /ARRIVAL CARD ①		대한민국 출국신고서 /DEPARTURE CARD ②	
REPUBLIC OF KOREA 入國申告書 IMMIGRATION SERVICE		REPUBLIC OF KOREA 出國申告書 IMMIGRATION SERVICE	
한글성명 / Surname / 姓 漢字姓名		한글성명 / Surname / 姓 漢字姓名	
NGUYEN		TA	
Given Names / 名		Given Names / 名	
THI THUY HA		DINH BA	
생년월일 / Date of Birth 生年月日 Year/年 Mon/月 Day/日 주민등록 뒷번호 남/MALE/男 M 여/FEMALE/女 F		생년월일 / Date of Birth 生年月日 주민등록 뒷번호 남/MALE/男 M 여/FEMALE/女 F	
1979 02 23		1985 01 06	
국적/Nationality/國籍	여권번호/Passport No./旅券番號	국적/Nationality/國籍	여권번호/Passport No./旅券番號
VIETNAM	A0129981	VIETNAM	
한국내 주소 / Address in Korea / 韓國內 住所		한국내 주소 / Address in Korea / 韓國內 住所	
WOO JIN	(Tel: 02-)	WOO JIN	(Tel:)
직업·직장명/Occupation/職業	여행목적/Purpose of visit/旅行目的	직업·직장명/Occupation/職業	여행목적/Purpose of visit/旅行目的
연수취업자		연수생	
출발지(국가/도시) / 出發地 Last City / Port of Boarding	입국편명·선명 / 入國便名·船名 Flight No. / Vessel on Arrival	목적지(국가/도시) / 目的地 Next City / Port of Landing	출국편명·선명 / 出國便名·船名 Flight No. / Vessel on Departure
HO CHI MINH	VN 939	HANOI	VN 681
VNA05846912E	서명 / Signature / 署名 Ha	VNA05846912D	서명 / Signature / 署名

입국신고서	Bản khai báo nhập quốc
출국신고서	Bản khai báo xuất cảnh
한글성명	Tên bằng chữ Hàn
생년월일	Năm tháng ngày sinh

주민등록 뒷번호	Số sau của số CMND
남	Nam
여	Nữ
국적	Quốc tịch
여권번호	Số hộ chiếu
한국내 주소	Địa chỉ tại Hàn Quốc
직업/직장명	Nghề nghiệp /Tên công ty
여행목적	Mục đích chuyến đi
여행목적	Mục đích du lịch
출발지	Nơi xuất phát
입국편명	Chuyến bay nhập cảnh
선명	Số hiệu thuyền
서명	Ký tên

Bản khai báo hàng xách tay dành cho người du lịch
여행자 휴대품 신고서

'한국에 오신 것을 환영합니다'

여행자 휴대품 신고서

◇ 모든 입국여행자는 신고서를 작성하셔야 합니다.
(한 가족당 대표로 1인이 신고가능)

성 명 | LUU VAN LANG
여권번호 | A1854521A
국 적 | VIETNAM 성별 ☑남 ☐여 | 생년월일 (년/월/일) 82 05 04
항공편명 | OZ 362 | 입국일자 (년/월/일) 06 06 07
동반가족수 | 0 명 | 직 업 근로자
한국 입국전 방문한 국가들 | 1. 2. 3.
여행목적
☐관광 ☐사업 ☐친지방문 ☐공무 ☐교육 ☑기타
체류기간 (방문지경우) : 년 월 일
연락처 ☎ (011) 3148 9633 E-mail :
한국내주소 : WOO JIN

유 의 사 항

- 사회안전을 위험할 수 있는 총포, 도검, 화약류, 방사성 또는 유독성물질등 테러물품이 반입되지 않도록 휴대품 신고 및 신변검색에 적극 협조하여 주시기 바랍니다.

- 다른사람의 부탁으로 대리운반하는 물품은 테러물품, 마약, 밀수품일 가능성이 많으며 이 경우 관계법규에 의한 처벌 대상이므로 반드시 세관에 신고하시기 바랍니다.

- 뒷면의 여행자 세관신고 사항을 성실히 기재하신 후 세관공무원에게 신고서를 제출하십시오.

- 내용을 허위로 신고하시면 관세법에 따라 처벌을 받을 수 있습니다.

휴대품 면세허용범위

- 주류 1병(1ℓ 이하로서 US$400이내), 담배 200개비, 향수 2온스 (단 19세 미만인 경우 주류, 담배는 제외)

- 해외(면세점)에서 구입한 물품 합계액 중 US$400이내 (자가사용, 선물용, 신변용품 등에 한함) ※ 단 농림축수산물 및 한약 등은 10만원이내

473-00391반 85mm × 210mm '05.10.1 개정 원변용지 120g/㎡

여행자 휴대품 신고서

Bản khai báo hàng xách tay dành cho người du lịch

성 명   Họ và tên

여권번호   Số hộ chiếu
국적   Quốc tịch
성별   Giới tính
남   Nam / 여 Nữ
생년월일   Năm tháng ngày sinh
항공편명   Tên chuyến bay
입국일자(년/월/일)   Ngày nhập cảnh (Năm/tháng/năm)
동반가족수........명 Số gia đình cùng đi …..Người
직업   Nghề nghiệp
한국 입국전 방문한 국가들 Những nước đã tới trước khi đến
Hàn Quốc
여행목적   Mục đích du lịch
ㅁ관광   Du lịch
ㅁ사업   Thương mại
ㅁ친지방문   Thăm thân nhân
ㅁ공무   Công vụ
ㅁ교육   Giáo dục
ㅁ기타   Cái khác
체류기간(방문자경우) Thời gian lưu trú (Trường hợp người thăm)
연락처   Nơi liên lạc
한국내주소   Địa chỉ tại Hàn Quốc

Nội dung khai báo hải quan của khách du lịch
여행자 세관신고사항

여행자 세관신고사항

※ 아래 질문에 대하여 해당란 □ 에 " ✓ " 표시하시기 바랍니다.

휴대품에 관한 사항

▶ 다음 물품을 가지고 있습니까?　있음　없음

1. 총포 · 도검 · 석궁 등 무기류 · 실탄 및 화약류 · 유독성 또는 방사성 물질　□　☑
2. 아편, 헤로인, 코카인, 히로뽕, MDMA, 대마 등 마약류 및 섭취는 약 등 법에 저촉될 수 있는 약품류　□　☑
3. 동물 (고기, 가죽, 알 포함) · 식육 · 과일채소류 등 농림축수산물 및 기타식품류　□　☑
4. 멸종위기에 처한 야생동식물 및 이를로 만든 제품 (호랑이, 코뿔소, 거북, 악어, 산호, 난초, 사향 등)　□　☑
5. 미화1만불 상당을 초과하는 외화 또는 원화　□　☑
6. 위조지폐 및 위 · 변조된 유가증권　□　☑
7. 음란물 등 미풍양속을 저해하는 물품　□　☑
8. 판매목적으로 반입하는 물품 및 회사용품　□　☑
9. 휴대품 면세 허용범위를 초과한 물품　□　☑

기타 검역신고사항

10. 해외여행 중 전염병 또는 가축질병 발생지역이나 가축사육농장 방문사실이 있습니까?　□　☑
11. 다른 사람의 부탁으로 대리 운반하는 물품을 가지고 있습니까?　□　☑

※ 휴대품 신고 및 면세제도에 의문이 있으시면 세관직원에게 문의하십시오.

이 신고서의 내용은 사실과 같습니다.

신 고 인 : LUU VAN LANG (서명)

여행자 세관신고사항 Nội dung khai báo hải quan của khách du lịch

휴대품에 관한 사항 Nội dung liên quan đến hàng xách tay

다음 물품을 가지고 있습니까? Có mang theo các thứ sau đây không?

있음 Có / 없음 Không

1.총포. 도검. 석궁. 등 무기류. 실탄 및 화약류. 유독성 또는 방사건 물질 Súng, gươm, cung nỏ, vũ khí, đạn, thuốc nổ, chất độc phóng xạ

2.아편. 헤로인. 코카인. 히로뽕. MDMA. 대마.등 마약류 및 살빼는 약 등 법에 저촉될 수 있는 약품류 Thuốc phiện, heroin, coca, hiropon, MDMA, bồ đào, các thuốc gây nghiện, thuốc giảm béo, thuốc quản lý theo luật

3.동물(고기. 가죽. 털포함). 식물. 과일채소류. 등 농림축산물 기타식류품 Động vật (bao gồm thịt, gia, lông) thực vật, các loại rau qủa, sản vật lâm súc sản, các loại thực phẩm

4.멸종 위기에 처한 야생동식물 및 이들로 만든 제품(호랑이.크브라, 거북. 악어. 산호. 옹담. 사향 등) Động thực vật có nguy cơ bị tuyệt chủng và chế phẩm từ chúng (Hổ, rắn hổ mang, rùa, cá sấu, san hô, mật, xa hương....

5.미화 1 만불 상당을 초과하는 외환 또는 원화 Ngoại hối hoặc tiền Hàn trên 10 ngàn đô

6.위조지폐 및 위 변조된 유가증권 Tiền giả, cổ phiếu giả

7.음란물 등 미풍양속을 저해하는 물품 Văn hóa phẩm độc hại, làm hại đến thuần phong mỹ tục

8.판매목적으로 반입하는 물품 및 회사 용품 Hàng cá nhân, hàng công mang vào để bán

9.휴대품 면세 허용범위를 조과한 물품 Hàng qúa phạm vi miễn thuế

기타신고사항 các nội dung khai báo khác

10.해외여행 중 전염병 또는 가축질병 발생지역 이나 가축사육공장 방문사실이 있습니까? Khi đi du lịch có ghé thăm các vùng phát sinh bệnh truyền nhiễm, bệnh gia súc hay ghé thăm các trại nuôi gia súc?

11.다른 사람의 부탁으로 대리 운반하는 물품을 가지고 있습니까? Có mang hang thay cho người khác?

이 신고서의 내용이 사실과 같습니다 Điều khai báo trên là sự thật

서명 Ký tên

Bản vấn đáp kiểm dịch
검역질문서

검역질문서 (檢疫質問書)
(HEALTH QUESTIONNAIRE)

도착년월일(到着年月日)
Arrival Date 2006/ 07 / 12

선박·항공기·열차·자동차명 (船舶·航空機·列車·車輛名)
Vessel·Flight·Train·Car No. VN 938

좌석번호 (座位號碼) Seat No.

성 명(姓名)
Name in full NGUYEN MINH PHUONG

주민등록번호
Passport No.(護照番号) A1595906B

국 적(國籍)
Nationality: VIETNAM

남(男) Male   여(女) Female   연령(年齡) Age 26

한국내 주소(韓國內 地址)
Contact address in Korea
진화(電話)
(Tel)

SE RIM ELECTRONIC

과거 10일 동안의 체재국명을 기입하여 주십시오. (請填寫過去十天之內滯留的 國家)
Please list the countries where you have stayed during the past 10 days before arrival.

과거 10일 동안에 아래 증상이 있었거나 있는 경우 해당란에 「∨」표시를 하여 주십시오.
(過去十天之內如有以下症狀, 請在症狀前劃「∨」)
Please check a mark 「∨」 if you have or have had any of the following symptoms during the past 10 days before arrival.

□ 설사(腹瀉)   □ 구토(嘔吐)   □ 복통(腹痛)   □ 발열(發熱/發燒)
Diarrhea   Vomiting   Abdominal pain   Fever

□ 기침(咳嗽)   □ 호흡곤란(呼吸困難)   □ 짧은 호흡(呼吸急促)
Cough   Difficulty breathing   Shortness of breath

검역질문서 작성을 기피하거나 허위작성 제출하는 경우 검역법 제9조 및 제39조의 규정에 의거 1년
이하의 징역 또는 500만원 이하의 벌금 처벌을 받을 수 있습니다.
If you make a false statement concerning your health or fail to fill out the Health
Questionnaire, you may face a sentence of up to one year of imprisonment or up to 5
million won in fines, in accordance with Articles 9 and 39 of the Quarantine Act.
因隱瞞或虛偽造填寫衛生檢疫單時, 依據檢疫法第九條及第三十九條的規定, 可被判以一年以
下的徒刑或500万元一下的罰款.

대한민국 국립인천공항검역소(大韓民國 國立仁川空港檢疫所)
Incheon Airport National Quarantine Station
Republic of Korea

148mm×21(0mm
[백색지 70kg/㎡]

도착연월일 Đến năm …tháng ….ngày
항공기 편명 Ký hiệu chuyến bay   /좌석번호 Số ghế
성명 Họ tên   /주민등록번호 Số chứng minh nhân dân
여권번호 Số hộ chiếu
국적 Quốc tịch   / 남 Nam   /여 nữ   /연령 Tuổi

한국내 주소 Địa chỉ tại Hàn Quốc   /전화 Điện thoại
과거 10 일 동안의 체재국명을 기입하여 주십시오 Hãy
ghi tên các nước đã đến trong 10 ngày gần đây
과거 10 일 동안에 아래 증상이 있었거나 있는 경우
해당란에 **V** 표시하여 주십시오 Trong 10 ngày qua nếu có
các triệu chứng sau đây thì hãy ghi dấu V vào phần đó
ㅁ설사 Tiêu chảy   /ㅁ구토 Nôn mửa   /ㅁ복통 Đau
bụng /ㅁ발열 Bị sốt   /ㅁ기침 Ho/
ㅁ호흡곤란 Rối loạn hô hấp   /ㅁ잦은 호흡 Khó thở
검역질문서 작성을 기피하거나 허위작성 제출하는 경우
검역법 제 **9** 조 및 제 **39** 조의 규정에 의거 **1** 년 이하의
징역 또는 **500** 만원 이하의 벌금을 받을 수 있습니다. Né
tránh khai báo hoặc khai báo không thành thật, Căn cứ vào
điều 9 và điều 39 của luật kiểm dịch có thể sẽ phạt tù dưới 1
năm hoặc phạt tiền dưới 5 triệu Won.

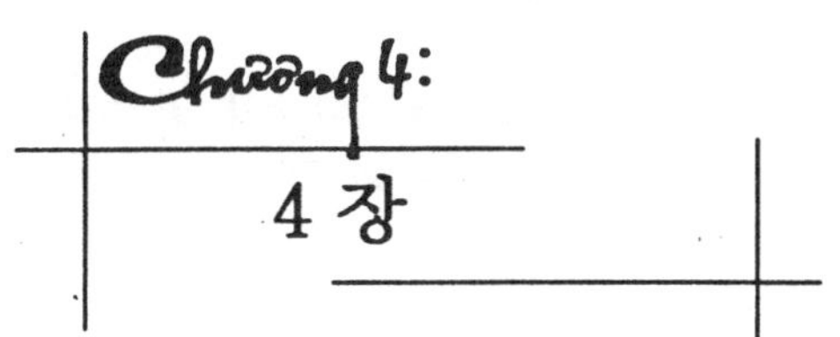

GIAO THÔNG
교통

1. Khi đi xe buýt
버스타기

❖ Làm ơn cho hỏi nhờ một chút
말씀 좀 묻겠습니다.
Mal xưm chôm mút kết xưm ni tà

❖ Bến xe bus trong sân bay ở tầng mấy thế?
공항 버스 정류장는 어디에 있습니까?
Công hang bơ xừ chong niu chang nưn ơ ti ê ít xưm ni cá?

❖ Ở tầng một
1 층에 있습니다.
Il chưng ê ít xưm ni tà

❖ Nếu muốn đi đến ga HapJong thì phải đi xe số mấy?
합정역에 가고 싶은데 몇 번 버스 타야 합니까?
*Háp chơng ơ cê ca cô xí phưn tê miớt bơn bơ xừ
tha da hăm ni cá?*

❖ Đi xe bus số 602
602 번 버스를 타세요
Iúc béc i bơn bơ xừ rưl tha xê dồ

❖ Hãy cho tôi một vé xe bus đi HapJong
합정 역에 가는 버스표를 하나 주세요
Háp chơng ơ cê ca nưn bơ xừ phiô rưl ha na chu xê dồ

❖ Giá vé là bao nhiêu?

차표는 얼마입니까?

Cha phiô nưn ơl ma im ni cá?

❖ Bến xe Bus để đi xe 602 ở đâu thế?

602번 탈수 있는 버스 정류장은 어디에 있나요?

Iúc béc i bơn thal xu ít nưn bơ xừ chơng niu chang ưn ơ ti ê ít na dô?

❖ Ở ngay đẳng kia

바로 저 쪽입니다.

Ba rô chơ chốc im ni tà

❖ Xe Bus này đi ga Seoul phải không?

이 버스가 서울역에 갑니까?

I bơ xừ ca sơ ul iơ cê căm ni cá?

❖ Vâng, xin mời lên xe

네, 타십시오

Nê, tha xíp xi ô

❖ Khi nào đến ga Seoul thì hãy báo cho tôi biết

서울역에 도착하면 좀 알려주시겠어요?

Sơ ul iơ cê tô chác ha miơn chôm a liơ chu xi kết xờ dố?

❖ Từ đây đến ga Seoul mất khoảng bao lâu thời gian?

서울역까지 얼마나 걸립니까?

Sơ ul iớc ca chi ơl ma na kơl lim ni cá?

❖ Đến ga Seoul rồi. Xin mời xuống
서울역 다 왔습니다. 내리세요
Sơ ul iớc ta oát xưm ni tà.Ne ri xê dồ

❖ Có thể chuyển đồ phụ tôi chứ?
짐 좀 옮겨 주시겠습니까?
Chim chôm ôm kiơ chu xi kết xưm ni cá?

❖ Từ đây không có xe Bus trực tiếp đi ga Suwon à?
수원역에 직접 가는 버스가 없습니까?
Su uơn iơ cê chic chóp ca nưn bơ xừ ca ọp xưm ni cá?

❖ Nếu muốn đi đến ga Suwon thì phải đổi tàu ở đâu ạ?
수원역에 가려면 어디서 갈아타야 합니까?
Su uơn iơ cê ca riơ miơn ơ ti xơ ka ra tha da hăm ni cá?

❖ Bến xe bus Seoul ở đâu ạ?
서울 버스 터미널이 어디입니까?
Sơ ul bơ xừ thơ mi nơ ri ơ ti im ni cá?

❖ Hãy cho tôi một vé đi Tecu
대구행 한 장 주세요
Te cu heng hăn chang chu xê dồ

❖ Tôi có thể đặt mua vé ở đâu?
어디에서 예매할 수 있습니까?
Ơ ti ê xơ dê me hal xu ít xưm ni cá?

❖ Chừng mấy giờ thì sẽ xuất phát?
몇 시에 출발합니까?
Miơt xi ê chul bal hăm ni cá?

❖ Phải để đồ ở đâu?

짐은 어디에 두어야 합니까?
Chi mưn ơ ti ê tu ơ da hăm ni cá?

2. Khi đi taxi
택시타기

❖ Hãy gọi cho tôi một chiếc taxi

택시 한대 불러주세요.
Théc xi hăn te bu lơ chu xê dồ.

❖ Chúng ta cùng đi taxi nhé?

우리 택시로 갈까요?.
U ri théc xi rô cal cả dô?

❖ Qúy khác đi đâu?

어디에 갑니까?
Ơ ti ê kăm ni cá?

❖ Có địa chỉ đây ạ. Có thể đi được chứ?

여기 주소가 있어요. 가실 수 있나요?
Dơ ki chu xô ka ít xưm ni tà. Ka xil xu ít nả dố?

❖ (Vừa đưa địa chỉ vừa hỏi) Có biết nơi này không?

(주소를 보여주시면서) 이곳을 아십니까?
(Chu xô rư bô dơ chu xi miơn xơ) I cô xư a xim ni cá?

❖ Từ đây tới đó mất bao lâu thời gian?
거기까지 얼마나 걸립니까?
Cơ ki ca chi ơl ma na cơl lim ni cá?

❖ Từ đây tới đó hết khoảng bao nhiêu tiền?
거기까지 대략 얼마나 나옵니까?
Cơ ki ca chi te riac ơl ma na na ôm ni cá?

❖ Đắt quá, hãy giảm giá cho
너무 비싸요. 좀 깎아주세요
Nơ mu bi xa dồ. Chôm ca ca chu xê dồ

❖ Tôi không có thời gian có thể đi nhanh hơn một chút không?
시간이 없으니까 좀 빨리 가주시겠어요?
Xi can ni ọp xư ni ca chôm ba li ca chu xi kết xưm xờ dố?

❖ Có thể đi từ từ được không?
좀 천천히 가주시겠어요?
Chôm chơn chơn hi ca chu xi kết xờ dố?

❖ Vào thời gian này có hay kẹt xe không?
이 시간에 차가 막힙니까?
I xi ca nê cha ca ma khim ni cá?

❖ Đến đàng trước kia thì rẽ bên trái cho
저 앞에서 좌회전 해주세요
Chơ a pế xơ chua huê chơn he chu xê dồ

❖ Hãy rẽ phải cho
우회전 해주세요
U huê chơn he chu xê dồ

❖ Đến ngã tư phía trước thì rẽ phải
   앞에 사거리에서 우회전 해주세요
   A pê xa cơ ri ê xơ u huê chơn he chu xê dồ

❖ Hãy đi thẳng
   직진해 주세요
   Chíc chin ca chu xê dồ

❖ Bác tài à cho tôi xuống đây
   기사 아저씨 여기에서 내려주세요.
   Ki xa a chơ xi dơ ki ê xơ ne riơ chu xê dồ

❖ Hãy dừng ở đằng kia cho
   저기 앞에 세워주세요
   Chơ ki a pê xê uơ chu xê dồ

❖ Hãy dừng kế bên tín hiệu đèn
   신호등 앞에서 세워주세요
   Xin hô tưng a pê xơ xê uơ chu xê dồ

❖ Hãy dừng bên đường cho
   길옆으로 대주세요
   Kil iơ pư rô te chu xê dồ

❖ Hãy dừng trước lối ra vào công ty
   회사 입구에 세워주세요
   Huê xa íp cu ê xê uơ chu xê dồ

❖ Hãy cho tôi hóa đơn
   영수증을 주세요.
   Iơng xu chưng ưl chu xê dồ

3. Khi đi tàu điện ngầm
지하철 타기

❖ Gần đây có ga tàu điện ngầm không?
이 근처에 지하철역이 있습니까?
I cừn chơ ê chi ha chơl iơ ci ít xưm ni cá?

❖ Ga điện ngầm gần đây nhất có ở đâu ạ?
여기서 가장 가까운 지하철역이 어디입니까?
Dơ ki xơ ca chang ca ca ưn chi ha chơl iơ ci ơ ti im ni cá?

❖ Lối vào ga điện ngầm ở đâu ạ?
지하철역 입구가 어디 있습니까?
Chi ha chơl iớc íp cu ka ơ ti ít xưm ni cá?

❖ Lối ra ga điện ngầm ở đâu ạ?
지하철역 출구가 어디 있습니까?
Chi ha chơl iớc chul cu ca ơ ti ít xưm ni cá?

❖ Cửa ra số 7 nằm ở đâu?
7 번 출구가 어디입니까?
Chil bơn chul cu ca ơ ti im ni cá?

❖ Mua vé ở đâu thế?
표는 어디서 삽니까?
Phiô nưn ơ ti xơ xăm ni cá?

❖ Máy bán vé tự động ở đâu ạ?
표 구입하는 자동판매기는 어디에 있습니까?
Phiô cu íp ha nưn cha tông phan me ki nưn ơ ti ê ít xưm ni cá?

❖ Nơi bán vé ở đâu?
매표소는 어디에 있습니까?
Me phiô xô nưn ơ ti ê ít xưm ni cá?

❖ Hãy bán cho tôi một vé
표 한 장 주세요
Phiô hăn chang chu xê dỗ

❖ Qúy khách mua vé đi đâu?
손님이 어디에 갈 표를 사고 싶습니까?
Xôn ni mi ơ ti ê cal phiô rưl xa cô xíp xưm ni cá?

❖ Nếu muốn đi Suwon thì phải đi hướng nào?
수원에 가려면 어느 방향에서 타야 합니까?
Su uô nê ka riơ miơn ơ nư bang hiang ê xơ tha da hăm ni cá?

❖ Tàu này đi Suwon phải không?
이 차는 수원에 갑니까?
I cha nưn Su uô nê căm ni cá?

❖ Nếu muốn đi Suwon thì phải đổi tàu ở đâu?
수원에 가려면 어디에서 갈아탑니까?
Su uô nê ka riơ miơn ơ ti ê xơ ca ra thăm ni cá?

❖ Đến ga Sindorim xuống tàu và phải đổi sang đường
   tàu số một
   신도림 역에서 내려서 1 호선으로 갈아타야 합니다.
   *Sin tô rim iơ cê xơ ne riơ xơ il hô xơn ư rô ca ra
   tha da hăm ni tà*

❖ Ga sau là ga nào?
   다음 역은 무슨 역 입니까?
   Ta ưm iơ cưn mu xưn iớc im ni cá?

❖ Ga sau là ga Tốc san
   다음 역은 독산 역입니다
   Ta ưm iơ cưn Tốc san iớc im ni tà

❖ Nếu tới ga Sindorim thì có thể báo cho tôi biết được không ạ?
   신도림 역에 도착하면 알려주시겠습니까?
   *Sin tô rim iơ cê tô chác ha miơn a liơ chu xi kết
   xưm ni cá?*

❖ Đến ga simdorim rồi đấy
   신도림 역에 왔습니다.
   Sin tô rim iơ cê oát xưm ni tà

❖ Lối đi ra để đến chợ Dongtemun là hướng nào?
   동대문 시장으로 가는 출구는 어느 쪽입니까?
   *Tông tẹ mun xi chang ư rô ca nưn chul cu nưn ơ
   nư chóc im ni cá?*

❖ Chuyến tàu đầu tiên mấy giờ xuất phát thế?
   첫차가 몇 시에 출발합니까?
   Chớt cha ka miớt xi ê chul bal hăm ni cá?

❖ Chuyến tàu cuối cùng là mấy giờ
   막차는 몇 시까지 있나요?
   Mác cha nưn miớt xi ca chi ít nả dô?

4. Khi đi tàu hỏa
기차타기

❖ Ngày mai có vé đi Busan không?
내일 부산 행 기차표 있습니까?
Ne il bu san heng ki cha phiô ít xưm ni cá?

❖ Có loại tàu mấy giờ?
몇 시 기차가 있습니까?
Miớt xi ki cha ca ít xưm ni cá?

❖ Có tàu 3 giờ
오후 3 시차 있습니다.
Ô hu xê xi cha ít xưm ni tà.

❖ Bây giờ thi không có nhưng mà chiều nay có chuyến 5 giờ
지금은 없습니다만 오후에 5 시 차가 있습니다.
Chi cư mưn ợp xưm ni tà man ô hủ ê ta xớt xi cha ca ít xưm ni tà

❖ Không có tàu xuất phát sớm hơn một chút à?
조금 이른 시간 열차는 없습니까?
Chô cưm i rưn xi can iơl cha nưn ợp xưm ni cá?

❖ Không có tàu xuất phát chậm hơn một chút à?
좀 더 늦은 시간 열차는 없습니까?
Chôm tơ nư chưn xi can iơl cha nưn ợp xưm ni cá?

❖ Có vé tàu nằm không?
침대칸 표가 있습니까?
Chim te khan phiô ca ít xưm ni cá?

❖ Sẽ nằm tầng trên hay tầng dưới ạ?
침대 상단으로 하겠습니까, 하단으로 하겠습니까?
Chim te xang ta nư rô ha kết xưm ni cá, ha ta nư rô ha kết xưm ni cá?

❖ Cho tôi tầng dưới
하단으로 하겠습니다.
Ha ta nư rô ha kết xưm ni tà

❖ Có tàu chợ và tàu thường qúy khách sẽ đi tàu nào?
새마을 행이나 무궁화 행중 어떤 기차를 타시겠습니까?
Xe ma ưl heng i na mu kung hoa heng chung ơ tơn ki cha rưl tha xi kết xưm ni cá?

❖ Thế tàu nhanh nhất là cái nào ạ?
제일 빠른 기차가 어느 것입니까?
Chể il ba rưm ki cha ka ơ nư cơ xim ni cá?

❖ Tàu cao tốc KTX là nhanh nhất
KTX 가 제일 빠릅니다.
KTX ka chể il ba rưm ni tà

❖ Hãy cho tôi một vé tàu KTX khứ hồi đi Bu san
KTX 부산행 왕복표를 주십시오
KTX bu xan heng oang bốc phiô rưl chu xíp xi ô

❖ Hãy cho tôi một vé đi Tecu vào 9 giờ sáng ngày mai
내일 대구행 오전 9 시 표를 한 장 주세.
Ne il Te cu heng ô chơn a hốp xi phiô rưl hàn chang chu xê dỗ

❖ Hãy đổi sang chuyến 4 giờ chiều cho tôi
오후 4 시차로 바꿔주세요
Ô hu nê xi cha rô ba cua chu xê dồ

❖ Hãy cho tôi vé cạnh cửa sổ.
창가쪽으로 주세요
Chang ka chỏ cư rô chu xê dồ

❖ Có thể trả vé lại được không?
표를 반환할 수 있습니까?
Phiô rưl ban hoan hal xu ít xưm ni cá?

❖ Tôi có việc gấp vì thế hôm nay không thể đi được. Hãy
cho tôi trả lại vé
급한 일이 생겨서 오늘 가지 못합니다. 표를
반환해 주십시오.
Cứp han i ri xeng kiơ xơ ô nưl ka chi mốt hăm ni tà.
Phiô rưl ban hoan he chu xíp xi ô

❖ Qúy khách có thể trả vé trước khi tàu chạy một tiếng
차가 출발 1 시간 전에 표를 반환할 수 있습니다.
Cha ka chul ban hăn xi can chơ nê phiô rưl ban
hoan hal xu ít xưm ni tà

❖ Bảng ghi thời gian tàu chạy bán ở đâu?
열차시간표는 어디에서 팝니까?
Iơl cha xi can phiô nưn ơ ti ê xơ phăm ni cá?

❖ Hãy cho tôi một bản ghi lịch tàu chạy
열차시간표 한 장 주세요.
Iơl cha xi can phiố hăn chang chu xê dồ

❖ Nơi bán vé ở đâu ạ?
매표소가 어디입니까?
Me phiô xô ca ơ ti im ni cá?

❖ Nơi bán vé dành cho người ngoại quốc ở đâu?
외국인 매표소가 어디입니까?
Uê cúc in me phiô xô ca ơ ti im ni cá?

❖ Phòng chờ ở đâu thế?
대합실은 어디에 있습니까?
Tê hắp xi rưn ơ ti ê ít xưm ni cá?

❖ Mấy giờ thì tàu sẽ xuất phát?
열차는 몇 시에 출발합니까?
Iơl cha nưn miơt xi ê chul bal hăm ni cá?

❖ Ghế của tôi ở đâu thế?
제 좌석은 어디에 있습니까?
Chê choa xơ cưn ơ ti ê ít xưm ni cá?

❖ Đây là ghế của tôi
여기는 제 자리입니다.
Dơ ki nưn chê cha ri im ni tà

❖ Để đồ ở đây cũng được chứ ạ?
짐을 여기에 두어도 됩니까?
Chi mưl dơ ki ê tu ơ tô tuêm ni cá?

❖ Có giường nằm nào trống không?
침대칸에 빈자리 있습니까?
Chim te kha nê bin cha ri ít xưm ni cá?

❖ Tôi muốn đổi sang vé tàu nằm, không biết còn chỗ không?
  침대표로 바꾸고 싶은데 자리가 있습니까?
  Chim te phiô rô ba cua cô xi phưn tê cha ri ka ít
  xưm ni cá?

❖ Tôi mở cửa sổ được chứ?
  창문을 열어도 됩니까?
  Chang mu nưl dơ rơ tô tuêm ni cá?

5. Khi hỏi đường
길묻기

❖ Làm ơn cho hỏi nhờ một chút
  말씀 좀 묻겠습니다.
  Mal xưm chôm mút kết xưm ni tà

❖ Đây là đâu thế ạ?
  여기 어디입니까?
  Dơ ki ơ ti im ni cá?

❖ Tôi bị quên mất đường về
  저는 길을 잃었습니다.
  Chơ nưn ki rưl i lớt xưm ni tà

❖ Đại sứ quán Việt Nam ở đâu có biết không ạ?
  베트남 대사관이 어디 있는지 아십니까?
  Bê thư nam te xa koa ni ơ ti ít nưn chi a xim ni cá?

❖ Khu công nghiệp Nam dong ở đâu có biết không ạ?
  남동공단이 어디에 있는지 아십니까?
  Nam tông công ta ni ơ ti ê ít nưn chi a xim ni cá?

❖ Tôi muốn đi về phường Hapjong thì phải đi như thế nào ạ?
  합정동에 가려면 어떻게 갑니까?
  Hắp chơn tông ê ka riơ miơn ơ tớt kê căm ni cá?

❖ Ga tàu điện ngầm ở đâu ạ?
  기차역은 어디에 있습니까?
  Ki cha iơ cưn ơ ti ê ít xưm ni cá?

❖ Từ đây tới đó có xa không?
  여기에서 거기까지 멉니까?
  Dơ ki ê xơ kơ ki ca chi mơm ni cá?

❖ Cũng gần lắm.
  아주 가깝습니다.
  A chu ka cáp xưm ni tà

❖ Có thể đi bộ được không?
  걸어서 갈 수 있습니까?
  Cơ rơ xơ cal xu ít xưm ni cá?

❖ Phải đi ô tô à?
  차를 타고 가야 합니까?
  Cha rưl tha cô ka da hăm ni cá?

❖ Cứ đi theo con đường này, cứ thế đi thẳng là tới
  이 길을 따라서 쭉 가시면 됩니다.
  I ki rưl ta ra xơ chúc ca xi miơn tuêm ni tà

❖ Theo con đường này cứ đi thẳng, nó sẽ nằm ở bên phải
이 길을 따라 똑바로 가면 오른쪽에 있어요
I ki rul ta ra tốc ba rô ca miơn ô rưn chô cê ít xờ dồ

❖ Hãy vượt qua đường và rẽ trái
횡단보도를 건너서 왼쪽으로 가세요.
Huêng tan bô tô rul cơn nơ xơ uên chô cư rô ca xê dồ

❖ Hãy đi thẳng. Đến ngã tư sau thì chui qua đường ngầm,
nó ở bên trái ấy.
직진 하세요. 다음 사거리에서 지하도를 건너면
왼쪽에 있어요.
Chích chin ha xê dồ. Ta ưm xa cơ ri ê xơ chi ha tô
rul cơn nơ miơn uên chô cê ít xưm ni tà

❖ Đi qúa rồi. Quay lại một dãy phố. Nó ở kế bên sân gôn ấy.
지나가셨네요. 한블럭만 되돌아가면 골프장 옆
에 있어요.
Chi na ka xiớt nề dô. Hăn bưl rớc man tuê tô ra ka
miơn kôl phừ chang iơ phê ít xờ dồ

❖ Ông (Bà) có thể đưa tôi đi được không?
좀 데려다 주실 수 있습니까?
Chôm tê riơ ta chu xil xu ít xưm ni cá?

❖ Hãy đi theo tôi
저를 따라오세요
Chơ rul ta ra ô xê ồ

❖ Ghi vào dùm tôi được không ạ?
써주시겠습니까?
Xơ chu xi kết xưm ni cá?

❖ Hãy giải thích bằng bản đồ lại một lần nữa cho
지도로 다시 설명해주세요
Chi tô rô ta xi xơl miơng he chu xê dồ

6. Phần từ mới liên quan
관련단어

Xe hơi	자동차	*Cha toâng cha*
Xe đạp	자전거	*Cha chon cô*
Xe máy	오토바이	*Mô thô ba i*
Xe buýt	버스	*Bô xư*
Taxi	택시	*Thec xi*
Xe tải	트럭	*Thừ rớc*
Xe du lịch	여행차	*Dơ heng cha*
Xe hơi	승용차	*Xưng iông cha*
Các loại xe	차종	*Cha chông*
Loại to	대형	*Te hiơng*
Loại vừa	중형	*Chung hiơng*
Loại nhỏ	소형	*Xô hiơng*

Xe khách	객차	*Kéc cha*
Xe hàng	화물차	*Hoa mul cha*
Xe cứu thương	구급차	*Cu cứp cha*
Xe 12 chộ	봉고차	*Bông cô cha*
Xe 24 chộ	승합차	*Xưng hắp cha*
Xe cứu hỏa	소방차	*Xô bang cha*
Xe đặc chủng	특종 차	*Thức chông cha*
Xe cao cấp	고급차	*Cô cứp cha*
Xe cũ	중고차	*Chung cô cha*
Xe tốc hành	고속 버스	*Cô xốc bơ xừ*
Tàu thuỷ	배	*Be*
Tàu hoả	기차	*Ki cha*
Tàu điện	전철	*Chơn chơl*
Bến xe	터미널	*Thơ mi nơl*
Bến tàu	기차역	*Ki cha iớc*
Bảng chỉ dẫn	교통 표 시판	*Kiô thông piô xi pan*
Đường một chiều	일방통행	*Il bang thông heng*
Cấm đỗ xe	주차금지	*Chu cha cưm chi*
Ngã tư	사거리	*Xa kô ri*
Ngã ba	삼거리	*Xam kô ri*
Ngã năm	오거리	*Ô cơ ri*
Đường cao tốc	고속도로	*Cô xốc rô rô*

Đường địa phương	지방도	*Chi bang tô*
Đường sắt	철도	*Chơl tô*
Đường vành đai	순환 도로	*Xun hoan rô rô*
Đường bộ	육로	*Iúc rô*
Đường tráng nhựa	포장 거리	*Phô chang kơ ri*
Rẽ phải	좌회전	*Choa huê chơn*
Rẽ trái	우회전	*U huê chơn*
Đèn hiệu	신호등	*Xin hô tưng*
Chỗ sang đường	횡단보도	*Huêng tan bô tô*
Cầu	다리	*Ta ri*
Cảng	항만	*Hang man*
Ga tàu điện	전철역	*Chon chơl iớc*
Vé	표	*Phiô*
Vé khứ hồi	왕복표	*Oang bốc phiô*
Vé tàu điện	전철 표	*Chon chơl phiô*
Nơi bán vé	매표소	*Me phiô xô*
Tài xế	기사	*Ki xa*
Đến nơi	도착하다	*Tô chác ha tà*
Địa điểm đến	목적지	*Mốc chóc chi*
Tiễn	배웅하다	*Be ung ha tà*
Đón	마중하다	*Ma chung ha tà*
Hỏi đường	길을묻다	*Ki rưl mút tà*

Tắc đường	길이 막히다	*Ki ri mác hi tà*
Sơ đồ đi	약도	*Iác tô*
Địa điểm này	이 위치	*I uy chi*
Đi bộ	걷다	*Kớt tà*
Hỏi	묻다	*Mút tà*
Bến xe Bus	버스정류장	*Bơ xừ chong niu chang*
Xuống	내리다	*Ne ri tà*
Chuyển	옮기다	*Ôm ki tà*
Trực tiếp	직접	*Chíc chóp*
Đổi tàu	갈아타다	*Ka ra tha tà*
Đặt chỗ	예매하다	*Dê me ha tà*
Xuất phát	출발하다	*Chul ban ha tà*
Cho xem	보여주다	*Bô dơ chu tà*
Đắt	비싸다	*Bi xa tà*
Rẻ	싸다	*Xa tà*
Nhanh	빠르다	*Ba rư tà*
Chậm	천천히	*Chơn chơn hi*
Bên trái	좌회전	*Chua huê chơn*
Bên phải	우회전	*U huê chơn*
Dừng	세우다	*Xê u tà*
Hoá đơn	영수증	*Iơng xu chưng*
Vùng lân cận	근처	*Cừn chơ*

Gần	가깝다	*Ka cáp tà*
Lối vào	입구	*Íp cu*
Lối ra	출구	*Chu cu*
Phương hướng	방향	*Bang hiang*
Đường tàu	호선	*Hô sơn*
Ga	역	*Iớc*
Chợ	시장	*Xi chang*
Tàu cuối	막차	*Mác cha*
Vé hai chiều	왕복표	*Oang bốc phiô*
Trả lại	반환하다	*Ban hoan ha tà*
Lạc đường	길을 잃다	*Kil ưl Il tà*
Đại sứ quán	대사관	*Te xa Kuan*
Vượt qua	건너가다	*Kơn nơ ca tà*
Giải thích	설명하다	*Xơl miơng ha tà*
Đường thẳng	직선	*Chíc xơn*
Đường cong	곡선	*Cốc xơn*
Điểm đầu	기점	*Ki chơm*
Điểm cuối	종점	*Chông chơm*
Làn xe	차선	*Cha xơn*
Tốc độ giờ	시속	*Xi xốc*
Hạn chế tốc độ	속도 제한	*Xốc tô chê han*
Vi phạm tốc độ	속도 위반	*Xốc tô uy ban*

Cửa ra	출구	*Chul cu*
Cửa vào	입구	*Íp cu*
Nơi bán vé	차표 판매소	*Cha phiô phan me xô*
Mặt đường	노상	*Nô xang*
Chú ý lật xe	전복 주의	*Chơn bốc chu ưi*
Vi phạm tín hiệu	신호 위반	*Xin hô uy ban*
Đèn đường	가로등	*Ka rô tưng*
Đèn chiếu sáng	조명등	*Chô miơng tưng*
Trạm nghỉ chân	휴게소	*Hiu kê xồ*
Vách con lươn	노선 막기	*Nô xơn mác ki*
Tường chống ồn	방음벽	*Bang ưn biớc*
Quay lại	리던	*Ri tơn*
Cửa thoát hiểm	비상 출구	*Bi xang chul cu*
Quầy thu phí	요금 내는 곳	*Dô cưm ne nưm cốt*
Cảnh sát giao thông	교통 경찰	*Kiô thong kiong cha*
Chỉ ý đường trơn	미끄럼 주의	*Mi cừ rốp chu y*
Chú ý gió mạnh	강풍주의	*Kang phưng chu y*
Chú ý vực sâu	절벽 주의	*Chơl biớc chu y*
Trạm bắn tốc độ	속도 측정 쏘기	*Xóc tô chức chơng xô ki*
Tai nạn	사고	*Xa cô*
Nơi xảy ra tai nạn	사고 갖는 곳	*Xa cô cát nưm cốt*

Kẹt xe	차 밀리다	*Cha mil li tà*
Nơi đổ xăng	주유소	*Chu du xô*
Nơi có trường học	어린이보호지역	*Ơ ri ni bô hô*
Đường ngầm	지하 보도	*Chi ha bô tô*
Xa	멀다	*Mơl tà*
Gần	가깝다	*Ca cáp tà*
Chuyến đầu	첫차	*Chớt cha*
Chuyến cuối	막차	*Mác cha*

5장

MUA SẮM
쇼핑

1. Khi mua đồ
물건사기

❖ Xin mời vào. Tôi có thể giúp gì ông (bà)?
어서 오세요. 무얼 도와 드릴까요?
Ơ xơ ô xê dồ. Mu ơl tô oa tư ril cả dô?

❖ Tôi muốn mua một món quà cho bạn
친구에게 줄 선물을 하나 사고 싶습니다.
Chin cu ê kê chul xơn mu rưl ha na xa cô xíp xưm ni tà

❖ Cái áo sơ mi này bao nhiêu thế?
이 셔츠는 얼마죠?
I sơ chừ nưn ơl ma chiô?

❖ Mười ngàn. Ông (Bà) cỡ số bao nhiêu?
만원이에요. 사이즈가 어떻게 되나요?
Man uôn i ê dồ. Xa i chừ ka ơ tớt kê tuê nả dô?

❖ Hãy cho tôi số lớn nhất
제일 큰 사이즈로 주세요
Chế il khưn xa i chư rô chu xê dồ

❖ Bao nhiêu?
얼마 입니까?
Ơl ma im ni cá?

❖ So với trước đây lên nhiều thật
전에 보다 많이 올랐습니다.
Chơ nê bô ta ma ni ô lát xưm ni tà

❖ Đắt quá
너무 비싸요
Nơ mu bi xa dồ

❖ Hãy bán rẻ cho
좀 싸게 해주세요
Chôm xa kê he chu xê dồ

❖ Nếu giảm giá cho một chút thì tôi sẽ mua
값을 좀 깎아 주시면 사겠습니다.
Cáp xưl chôm ca ca chu xi mơn xa kết xưm ni tà

❖ Tôi không có dư giả để mua những thứ đắt như thế
나는 그렇게 비싼 물건을 살 여유가 없습니다.
*Na nưn cư rớt kê bi xan mul cơ nưl xal dơ du ka ợp
xưm ni tà*

❖ Đắt quá. Thế không có cái nào rẻ hơn cái đó à?
너무 비싸요. 그것보다 더 싼 것이 없습니까?
Nơ mu bi xa dồ. Cư cớt bô ta tơ xan cơ xi ợp xưm ni cá?

❖ Cho tôi cái này
이것 주세요
I cớt chu xê dồ

❖ Cho tôi cái kia
저것 주세요
Chơ cớt chu xê dồ

147

❖ Cho tôi cái giống cái này
같은 걸로 주세요
Ca thưn cơ lô chu xê dồ

❖ Không có cái khác à?
다른 것은 없습니까?
Ta rưn cơ xưn ợp xưm ni cá?

❖ Mặc thử cũng được chứ ạ?
입어 봐도 됩니까?
I bơ boa tô tuêm ni cá?

❖ Vâng, phòng thay đồ ở đẳng kia
네, 저쪽에 탈의실이 있습니다.
Nệ, chơ chô cê tha rê xi ri ít xưm ni tà.

❖ Nhỏ quá.
너무 작아요
Nơ mu cha ka dồ

❖ Hơi to
조금 크군요
Chô cưm khư cùn dô

❖ Không có màu khác à?
다른 색깔 없습니까?
Ta rưn séc cal ợp xưm ni cá?

❖ Hãy cho tôi cái màu xanh
파란색으로 주세요.
Pha ran xe cư rô chu xê dồ

❖ Hàng giảm giá à?
세일합니까?
Xê il hăm ni cá?

❖ Cho tôi xin hóa đơn
영수중을 주십시오
Iơng xu chưng ưl chu xíp xi ô

❖ Cứ quan sát thế thôi
그냥 좀 보는 겁니다.
Cư niang chôm bô nưn cơm ni tà

❖ Sau khi mua cảm thấy không vừa lòng thì có thể đổi được chứ?
구입후 마음에 들지 않으면 교환해도 됩니까?
Cu íp hu ma ư mê tưl chi a nư miơn kiô hoan he tô tuêm ni cá?

❖ Hãy gửi cái đó đến địa chỉ này cho tôi
그것을 이주소로 배달해 주십시오
Cư cơ xưl i chu xô rô be tal he chu xíp xi ô

2. Khi đi shopping
쇼핑하기

❖ Xung quanh đây có cái siêu thị nào không ạ?
이 부근에 백화점이 있나요?
I bu cư nê béc hoa chơ mi ít nả dố?

❖ Gần đây có cửa hàng nào không?
이 부근에 상가가 있나요?
I bu cư nê xang ka ca ít ná dô?

❖ Gần đây có cửa hàng nào lớn không?
근처에 대형 슈퍼 마켓이 있나요?
Cừn chơ ê te hiơng xiu phơ ma khê xi ít ná dô?

❖ Siêu thị lớn nhất có ở đâu?
제일 큰 백화점이 어디 있지요?
Chể il khưn béc hoa chơ mi ơ ti ít chi dô?

❖ Nếu muốn mua hàng kỷ niệm thì phải đi đâu mới
mua được?
기념품을 사려면 어디로 가야 합니까?
Ki niơm phu mưl xa rơ miơn ơ ti rô ca da hăm ni cá?

❖ Tôi muốn mua hàng đặc sản thì phải đi đâu?
특산품을 사려면 어디로 가야 하나요?
Thức xan phu mưl xa riơ miơn ơ ti rô ca da ha na dô?

❖ Quầy bán hàng quần áo nam ở tầng mấy?
남성복 코너가 몇 층입니까?
Nam xơng bốc khô nơ ka miớt chưng im ni cá?

❖ Ông (bà) cần gì ạ?
무엇이 필요하십니까?
Mu ơ xi phi riô ha xim ni cá?

❖ Cái áo này thì thế nào?
이 옷은 어떻습니까?
I ô xưn ơ tớt xưm nị cá?

❖ Cái áo khoác này bao nhiêu ạ?
이 외투는 얼마인가요?
I uê thu nưn ơl ma in cả dô?

❖ Cho tôi xem cái quần kia một chút
저 바지를 좀 보여주세요.
Chơ ba chi rưl chôm bô dơ chu xê dồ

❖ Lấy ra cho tôi xem một chút
좀 꺼내서 보여주세요
Chôm cơ ne xơ bô dơ chu xê dồ

❖ Có quần áo truyền thống của Hàn Quốc không?
한국 전통 옷이 있습니까?
Han cúc chơn thông ô xi ít xưm ni cá?

❖ Tôi muốn may một bộ quần áo truyền thống Hàn Quốc
한국 전통 옷을 맞추고 싶습니다
Han cúc chơn thông ô xưl mát chu cô xíp xưm ni tà

❖ Mất khoảng bao lâu ạ?
얼마나 걸립니까?
Ơl ma na kơ lim ni cá?

❖ Khi nào thì có thể hoàn thành được?
언제까지 완성할 수 있나요?
Ơn chê ca chi oan xơng hal xu ít na dô?

* Có hàng may sẵn không?
  기성복이 있습니까?
  Ki xơng bô ci ít xưm ni cá?

* Phòng thay quần áo ở đâu ạ?
  탈의실이 어디에 있나요?
  Tha rê xi ri ơ ti ê ít nả dô?

* Cái này làm bằng chất liệu gì thế?
  이것은 소재가 무엇입니까?
  I cơ xưn xô che ka mu ơ xim ni cá?

* Bằng tơ lụa à?
  실크입니까?
  Xil khừ im ni cá?

* Có thể giặt bằng tay không?
  손 세탁 가능합니까?
  Xôn xê thác ka nưng hăm ni cá?

* Ở đây hơi bẩn một chút
  여기가 좀 더럽군요
  Dơ ki ka chôm tơ rớp cùn dô

* Cho tôi cái khác
  다른 걸로 주세요.
  Ta rưl cơ lô chu xê dồ

3. Khi mua các đồ vật khác
기타 물건사기

❖ Tôi giúp gì được ông (Bà)?
뭘 도와드릴까요?
Mual tô oa tư ril cả dô?

❖ Tôi muốn xem một cái Camera
카메라 좀 구경하고 싶습니다.
Kha mê ra chôm cu kiơng ha cô xíp xưm ni tà

❖ Ông (Bà) muốn xem camera loại nào ạ?
어떤종류의 카메라를 원하십니까?
Ơ tơn chông niu ưi kha mê ra rưl uôn ha xim ni cá?

❖ Muốn loại sử dụng tiện lợi một chút
사용하기 간편한 것을 원합니다.
Xa iông ha ki ca can phiơn han cơ xưl uôn hăm ni tà

❖ Cái này sử dụng rất là đơn giản. Đây là camera
  thích hợp cho người mới sử dụng
이것은 사용하기가 아주 간단합니다.
초보자에게 알맞은 카메라입니다.
I cơ xưn xa iông ha ki ca a chu can tan hăm ni tà.
Chô bô cha ê kê al ma chưn kha mê ra im ni tà

❖ Phương pháp sử dụng cái này như thế nào?
이것의 사용방법은 어떻습니까?
I cớt ưi xa iông bang bơ pưn ơ tớt xưm ni cá?

❖ Ở trong cẩm nang hướng dẫn có chỉ cách sử dụng ạ.
사용 설명서안에 다 있습니다.
Xa iông xơl miơng xơ a nê ta ít xưm ni tà

❖ Đôi dép này giá bao nhiêu thế?
이 신발은 한 켤레에 얼마입니까?
I xin ba rưm hăn khiơ lê ê ơl ma im ni cá?

❖ Cái cặp này giá bao nhiêu thế ạ?
이 가방은 얼마입니까?
I ca bang ưn ơl ma im ni cá?

❖ Hãy cho tôi xem cái cặp có bánh xe
바퀴 달린 가방을 보여주세요
Ba khuy ta lin ca bang ưl bô dơ chu xê dồ

❖ Cái nón này giá bao nhiêu?
이 모자는 얼마입니까?
I mô cha nưn ơl ma im ni cá?

❖ Ở đây có bán những loại đồ kỷ niệm gì?
여기는 무슨 기념품이 있나요?
Dơ ki nưn mu xưn ki niơm phu mi ít na dô?

❖ Hàng trang trí kia bao nhiêu thế?
저 장식품은 얼마인가요?
Chơ chang xíc phu mưn ơl ma in cả dô?

❖ Hãy cho tôi hai cái
두 개주세요.
Tu ke chu xê dỗ

❖ Tôi muốn mua mấy bông hoa hồng để tặng người yêu
애인에게 줄 장미꽃을 사고 싶습니다.
E in ê kê chul chang mi cô chul xa cô xíp xưm ni tà

❖ Chà, đẹp thật. Giá mà có thể tươi được lâu thì tốt biết mấy.
참, 아름답습니다. 꽃이 오래 시들지 않았으면
좋겠습니다.
*Cham, a rưm táp xưm ni tà. Cô chi ô re xi tưl chi a
nát xư miơn chốt kết xưm ni tà*

❖ Cứ mấy ngày thay nước bình một lần thì có thể tươi lâu
được đúng không?
며칠마다 화병의 물을 갈아주면 시들지
않겠습니까?.
*Miơ chil ma ta hoa biơng ưi mu rưl ka ra chu miơn
xi tưl chi an kết xưm ni cá?*

❖ Nếu muốn hoa nở thì mất khoảng bao lâu?
꽃이 필려면 얼마나 있어야 합니까?
Cô chi phi riơ miơn ơl ma na ít xơ da hăm ni cá?

❖ Chừng một hai ngày, nhưng mà còn tuy theo nhiệt độ
mà có thể hoa sẽ nở sớm hơn
한 이틀 정도 있으면 피겠습니다만 기온에따라
더 빨리 필수 있을 겁니다.
*Hăn i thưl chơng tô ít xư miơn phi kết xưm ni tà
man ki ô nê ta ra tơ ba li phil xu ít xưl cơm ni tà*

❖ Có cần phải ghi chữ anh yêu em ở trên dải băng không?
장미꽃 리본에 사랑말을 써 드릴까요?
Chang mi cốt ri bô nê xa rang ma rưl xơ tư ril cả dô?

❖ Không, được rồi. Không cần phải ghi đâu
아니, 괜찮습니다. 쓸 필요 없습니다.
A ni, cuen chan xưm ni tà. Xưl phi riô ợp xưm ni tà.

❖ Cho tôi 20 bông. Một bông bao nhiêu tiền thế?
스무 송이만 주십시오. 한송이에 얼마입니까?
Xư mu xông i man chu xíp xi ô. Han xông i ê ơl ma im ni cá?

❖ Một bông một ngàn. Nhưng mà mua hai mươi bông
nên đưa cho tôi mười lăm ngàn là được.
한송이에 천원입니다. 그런데 스무 송이를 사면
만 오천원만 주세요.
*Han xông il ê chơn ươn im ni tà. Cư rơn tê xư mu
xông i rưl xa miơn man ô chơn uôn man chu xê dồ*

4. Trong quầy bán thịt, cá
정육점과 생선 가게에서

❖ Muốn mua cái gì ạ? Có nhiều loại lắm
어떤 것을 원합니까? 여러 가지가 있습니다.
*Ơ tơn kơ xưl uơn hăm ni cá? Dơ rơ ka chi ca ít
xưm ni tà*

❖ Tôi muốn mua thịt, có thịt nào tươi không?
고기를 좀 사려고 합니다. 싱싱한 것이 있습니까?
Cô ci rưl chôm xal riơ cô hăm ni tà. Xing xing han cơ xi ít xưm ni cá?

❖ Vâng, có ạ. Thịt này vừa lấy sáng nay đấy
네, 있습니다. 이고기는 바로 오늘 아침에 들어왔습니다.
Nệ. ít xưm ni tà. I cô ci nưn ba rô ô nưl a chi mê tư rơ oát xưm ni tà

❖ Một kg bao nhiêu thế?
1kg 에 얼마입니까?
Il kilogram ê ơl ma im ni cá?

❖ Mười lăm ngàn. So với trước đây giá có lên một chút
만오천원입니다. 값이 지난번보다 약간 올랐습니다.
Man ô chơn ươn im ni tà. Cáp xi chi nan bơn bô ta iác can ô lát xưm ni tà.

❖ Tôi sẽ mua hai kg
2kg 사겠습니다.
I kilogram xa kết xưm ni tà.

❖ Cắt ra chứ ạ?
예, 썰어드릴까요?
Dệ, xơ rơ tư ril cả dô?

❖ Hãy thái mỏng cho tôi
얇게 썰어주세요
Iam kê xơ rơ chu xê dỗ

❖ Không, cứ để thế cho tôi. Hãy cho tôi cái phần mềm mềm ấy
아닙니다. 그냥 주십시오. 연한것으로 주세요
*A nim ni tà. Cư niang chu xíp xi ô. Iơn han cớ xư
rô chu xê dồ*

❖ Hãy cho tôi thịt nạc không thôi
살코기만 주세요
Xal khô ki man chu xê dồ

❖ Hãy cho thịt không có mỡ ấy
지방 없는 부위로주세요.
Chi bang ợp nưn bu uy rô chu xê dồ

❖ Ở đây có bán cả thịt gà nữa chứ?
여기에 닭고기도 팝니까?
Dơ ci ê tác cô ci tô phăm ni cá?

❖ Không có, nhưng trong chợ, phía bên kia đường có bán đấy.
아니요, 그러나 건너편 시장 안에 닭고기를 팝니다.
*A ni ồ, cư rơ na cơn nơ phiơn xi chang a nê tác cô
ci rưl phăm ni tà*

❖ Mực bán bao nhiêu thế ạ?
오징어가 얼마인가요?
Ô ching ơ ka ơn ma in cả dô?

❖ Một con năm ngàn
한 마리 오천원입니다
Hăn ma ri ô chơn ươn im ni tà

❖ Cho tôi 5 con
다섯 마리주세요
Ta xớt ma ri chu xê dồ

❖   Xin lỗi, chỉ còn có 2 con thôi
미안합니다. 두마리 밖에 없습니다.
Mi na hăm ni tà. Tu ma ri bắc kê ợp xưm ni tà

❖   Lấy các thứ bên trong ra cho tôi
내장을 꺼내주세요.
Ne chang ưl cơ ne chu xê dồ

❖   Hãy làm sạch cho tôi
손질해 주세요
Xôn chil he chu xê dồ

❖   Ngoài ra còn cần thứ khác nữa không?
그밖에 필요한 것이 또 있습니까?
Cư bắc kê phi riô han cơ xi tô ít xưm ni cá?

❖   Không, xong cả rồi ạ.
아니오. 다 됐습니다.
A ni ồ, ta tuét xưm ni tà

5. Trong quầy bán hoa quả
과일점에서

❖   Tôi muốn mua một ít hoa quả
사과를 좀 사려고합니다.
Xa coa rưl chôm xa riơ cô hăm ni tà

❖ Trái cây này thế nào?
이 사과는 얼마입니까?
I xa coa nưn ơl ma im ni cá?

❖ Mới đưa từ Tecu lên hôm qua nên rất là tươi
바로 어제 대구에서 올라 온 것이기 때문에
아주 싱싱합니다.
Ba rô ơ chê te cu ê xơ ô la ôn cơ xi ci te mu nê a chu xing xing hăm ni tà

❖ Thứ này rất ngọt và nhiều nước
이 사과들은 아주 달고 물이 많습니다.
I xa coa tư rưn a chu tal cô mu ri man xưm ni tà

❖ Cái này bao nhiêu thế?
이것이 얼마입니까?
I cơ xi ơl ma im ni cá?

❖ Một quả là 8 trăm won
한 개에 팔백원입니다.
Hăn ke ê phal béc ươn im ni tà

❖ Thế còn cái kia?
저것은 얼마입니까?
Chơ cơ xưn ơl ma im ni cá?

❖ Cái đó to hơn các thứ khác nên một quả là một ngàn won
저것들은 다른것보다 크기 때문에 한 개에
천원입니다.
Chơ cớt tư rưn ta rưn cớt bô ta khư ci te mun nê hăn ke ê chơn ươn im ni tà

❖   Tôi muốn mua một ít nho mỹ
미국산 포도를 사고 싶습니다.
Mi cúc xan phô tô rưl xa cô xíp xưm ni tà

❖   Tùy theo chủng loại mà giá cả dao động từ một ngàn
tới 3 ngàn.
종류에따라 천원에서 삼천원까지 가격차이가
있습니다.
Chông niu ê ta ra chơn ươn ê xơ xam chơn ươn ca
chi ca kiớc cha i ca ít xưm ni tà

❖   Khách quen mà, hãy giảm giá cho.
단골 손님인데 깎아주세요.
Tan côl xôn nim in tê ca ca chu xê dồ

❖   Có thể giao tận nhà cho tôi không? Tôi còn nhiều thứ
cần phải mua
집으로 배달해 줄 수 있습니까? 아직 사야할
것이 많이 있거든요.
Chi pư rô bê tal he chu xu ít xưm ni cá? a chic xa
da hal cơ xi ma ni ít cơ từn nhô

❖   Vâng. Tôi sẽ cho người đưa đến nhà ngay
예, 배달하는 사람을 바로 보내드리겠습니다.
Dê, be tal ha nưn xa ra mưl ba rô bô ne tư ri kết
xưm ni tà

6. Trong tiệm giày
제화 점에서

❖ Tôi muốn mua một đôi giày màu đen
검정색 구두 한켤레 사고 싶습니다.
Cơm chơng séc cu tu hăn khiơ lê xa cô xíp xưm ni tà

❖ Sẽ mua giày đóng sẵn hay sẽ đóng giày ạ?
기성화로 하시겠습니까? 맞춤 구두로 하시겠습니까?
*Ci xơng hoa rô ha xi kết xưm ni cá? Mát chum cu
tu rô ha xi kết xưm ni cá?*

❖ Cái nào thấy hợp thì tôi sẽ mua
저에게 잘 어울리면 사겠습니다.
Chơ ê kê chal ơ u li miơn xa kết xưm ni tà

❖ Hãy mang thử đôi giày này
이 구두를 한번 신어 보섭시오
I cu tu rưl hăn bơn xi nơ bô xíp xi ô

❖ Đôi giày này đi rất là thoải mái
이 구두가 편하실 겁니다
I cu tu ka phiơn ha xil cơm ni tà

❖ Cái này hơi to
이것은 좀 큽니다.
I cơ xưn chôm khưm ni tà

❖ Nếu muốn đóng một đôi giày thì phải chờ bao lâu?
구두를 맞추어 신으려면 얼마나 기다려야 합니까?
*Cu tu rưl mát chu ơ xi nư riơ miơn ơl ma na ki ta
riơ da hăm ni cá?*

❖ Phải chờ chừng một tuần
약 일주일이 걸립니다.
Iác il chu i ri cơ lim ni tà

❖ Tôi không thể chờ lâu như thế được. Hãy cho tôi xem
giày may sẵn.
저는 오랫동안 기다릴 수 없습니다. 기성화 좀
보여 주십시오.
*Chơ nưn ô rét tông an ki ta ril xu ợp xưm ni tà. Ki
xơng hoa chôm bô dơ chu xíp xi ô*

❖ Đôi giày này thế nào ạ?
이 구두들은 어떻습니까?
I cu tu tư rưn ơ tớt xưm ni cá?

❖ Hãy mang thử đi. Cái mang giày thử đây ạ
신어보세요. 구두주걱은 여기 있습니다.
Xi nơ bô xê ồ. Cu tu chu cơ cưn dơ ki ít xưm ni tà

❖ Cái này vừa đấy
이것이 아주 꼭 맞습니다.
i cơ xi a chu cốc mát xưm ni tà

❖ Hãy mua cái này đi. Chỉ còn một cái thôi đấy.
이것을 사세요. 하나 밖에 없습니다.
I cơ xưl xa xê dồ. Ha na bắc kê ợp xưm ni tà

❖   Những đôi giày như thế này có đi tiệm khác cũng không thể tìm được đâu
다른 가게에서 이런 구두를 찾아보지 못할 것입니다.
Ta rưm ca kê ê xơ i rơn cu tu rưl cha cha bô chi mốt hal cơ xim ni tà

❖   Tôi sẽ mua cái này
저는 이것을 사겠습니다.
Cho nưn i cơ xưl xa kết xưm ni tà

❖   Thế có giày dành cho con gái không?
여자용 구두도 있습니까?
Dơ cha iông cu tu tô ít xưm ni cá?

❖   Vâng, đây ạ, cần loại đế cao hay đế thấp ạ?
예, 여기 있습니다. 굽이 높은 걸 드릴까요? 아니면 낮은 걸 드릴까요?
Dê, dơ ki ít xưm ni tà. Cu bi nô phưn cơl tư rim ni cả dô? a ni miơn na chưn cơl tư ril cả dô?

❖   Hãy cho tôi loại đế cao
굽이 높은 구두를 주세요
Ku bi nô phưn cu tu rưl chu xê dồ

❖   Quý khách muốn chọn màu gì?
어떤 색을 원합니까?
Ơ tơn xe cưl uơn hăm ni cá?

❖   Hãy cho tôi màu đen
검정색을 주세요
Kơm chơng xéc rưl chu xê dồ

❖ Cái này to quá. Có cái nào cỡ nhỏ hơn không?
이것은 너무 큽니다. 조금 작은 사이즈가
있습니까?
*I cơ xưn nơ mu khưm ni tà. Chô cưm cha cưn xa i
chừ ka ít xưm ni cá?*

❖ Có lẽ cỡ này vừa với quý khách đây
아마 이 사이즈가 손님에게 적당할 겁니다.
*A ma i xa i chừ ka xôn ni mê kê chóc tang hal cơm
ni tà*

❖ Cái này bao nhiêu tiền thế?
이것은 얼마입니까?
I cơ xưn ơl ma im ni cá?

❖ Tám mươi ngàn. Khách ngoại quốc nên để giá đặc biệt đấy
팔만원입니다. 외국인 고객에게는 특별한
가격에 드립니다.
*Phal man ươn im ni tà. Uê cúc in cô kéc ê kê nưn
thức biơl han ca kiơ cê tư rim ni tà.*

❖ Hãy gói cho tôi cái này
이것을 포장해주십시오.
I cơ xưl phô chang he chu xíp xi ô

❖ Đây ạ. lại đến nữa nhé
여기 있습니다. 또 오십시오.
Dơ ki ít xưm ni tà. Tô ô xíp xi ô

7. Trong tiệm trang sức
보석상에서

❖ Xin chào. Tôi là người quản lý tiệm này. Ông (Bà) muốn mua cái gì ạ?

안녕하세요. 저는 이 상점의 지배인입니다. 무엇을 사고 싶습니까?

An niơng ha xê dô. Chơ nưn i xang chơm ưi chi be in im ni tà. Mu ơ xưl xa cô xíp xưm ni cá?

❖ Tôi muốn xem một số dây chuyền ngọc trai

진주 목걸이를 구경하고 싶습니다.

Chin chu mốc cơ ri rưl cu kiơng ha cô xíp xưm ni tà

❖ Muốn xem loại ngọc trai tự nhiên hay ngọc trai nhân tạo ạ?

천연 진주를 보시겠습니까? 양식 진주를 보시겠습니까?

Chơn iơn chin chu rưl bô xi kết xưm ni cá? iang xíc chin chu rưl bô xi kết xưm ni cá?

❖ Ở đây có đầy đủ các chủng loại

여기 여러가지 종류를 구비하고 있습니다.

Dơ ki dơ rơ ca chi chông niu rưl cu bi ha cô ít xưm ni tà

❖   Loại nào có giá trị hơn?
어느 것이 더 가치가 있습니까?
Ơ nư cơ xi tơ ca chi ca ít xưm ni cá?

❖ Đương nhiên là ngọc trai tự nhiên rồi. Thế nhưng về độ bóng và vẻ đẹp thì giống nhau
물론 천연 진주입니다. 그러나 양식 진주도 광택이나 아름다움이 똑같습니다.
Mu lôn chơn iơn chin chu im ni tà. Cư rơ na iang xíc chin chu tô koang the ci na a rưm ta u mi tốc cát xưm ni tà

❖   Cái dây chuyền ngọc trai đang trưng bày ở đẳng kia thì bao nhiêu?
저기 진열된 이 진주 목걸이는 얼마입니까?
Chơ ki chin iơn tuên i chin chu mốc cơ ri nưn ơl ma im ni cá?

❖   Cái đó giá hơn đắt. Một triệu won.
그것은 값이 조금 비쌉니다. 백만원입니다.
Cư cơ xưn cáp xi chôm cưm bi xăm ni tà. Béc man uơn im ni tà

❖   Oh, đắt quá.
오, 엄청 비싸군요
Ô, ơm chơng bi xa cun nhô

❖   Cũng có nhiều cái giá rẻ lắm
값이 좀 싼 것도 많이 있습니다.
Cáp xi chôm xan cớt tô ma ni ít xưm ni tà

❖ Ví dụ như cái dây chuyền này, giá không bằng một nửa giá cái dây chuyền đó

예를들어 여기 이목걸이는 저목걸이 보다 반값밖에 안됩니다.

Dê rưl tư rơ dơ ki i mốc cơ ri nưn chơ mốc cơ ri bô ta ban cáp bắc kê an tuêm ni tà

❖ Cái này và cái ngọc trai tự nhiên nhìn giống nhau mà

이것은 천연진주와 비슷하게 보입니다.

I cơ xưn chơn iơn chin chu oa bi xứt ha kê bô im ni tà

❖ Thế không có cái nào rẻ hơn à?

좀 더 싼 것은 없습니까?

Chôm tơ xan cơ xưn ọp xưm ni cá?

❖ Có loại dây chuyền nào giá cỡ 3 trăm ngàn không?

삼십만원 정도 하는 목걸이가 있습니까?

Xam xíp man uơn chơng tô ha nưn mốc cơ ri ka ít xưm ni cá?

❖ Cái này thì thế nào ạ? Đeo thử một lần nhé?

이것은 어떻습니까? 한번 걸어볼까요?

I cơ xưn ơ tốt xưm ni cá? Hăn bơn kơ rơ bôl cà dô?

❖ Cái này tốt thì tốt đấy nhưng mà tôi không thích kiểu dáng đó

이것은 좋기는 하지만 디자인이 마음에 들지 않습니다.

I cơ xưn chốt ci nưn ha chi man ti cha i ni ma ư mê tưl chi an xưm ni tà

❖ Để tôi suy nghĩ đã có gì tôi sẽ quay lại.
생각해보고 다시 오겠습니다.
Xeng các he bô cô ta xi ô kết xưm ni tà

8. Trong tiệm bán đồng hồ
시계점에서

❖ Tôi muốn mua một cái đồng hồ đeo tay
저는 손목시계를 사고 싶습니다.
Chơ nưn xôn mốc xi kiê rưl xa cô xíp xưm ni tà

❖ Tôi muốn mua một cái đồng hồ điện tử
저는 전자시계를 사고 싶습니다.
Chơ nưn chơn cha xi kiê rưl xa cô xíp xưm ni tà

❖ Bây giờ loại đồng hồ đeo tay được ưa thích nhất là loại
nào nhỉ?
지금 가장 인기 있는 손목시계는 어느
것입니까?
*Chi cưm ca chang in ki ít nưn xôn mốc xi kiê nưn ơ
nư cơ xim ni cá?*

❖ Tôi nghĩ rằng đồng hồ đeo tay Romanson
로만손 시계라고 생각합니다.
Rô man xôn xi kiê ra cô xeng các hăm ni tà

❖   Có rất nhiều chủng loại đồng hồ đeo tay
여러가지 모양의 손목시계가 있습니다.
Dơ rơ ca chi mô dang ưi xôn mốc xi kiê ca ít xưm ni tà

❖   Tôi có thể xem qua một chút không?
잠깐 구경해도 됩니까?
Cham can cu kiơng he tô tuêm ni cá?

❖   Tôi muốn xem đồng hồ đeo tay dành cho nữ
여자용 손목시계 종류를 구경하고 싶습니다.
Dơ cha iông xôn mốc xi kiê chông niu rưl cu kiơng
ha cô xíp xưm ni tà

❖   Thời gian bảo hành của đồng hồ này là bao lâu?
이시계는 보증기간이 얼마나됩니까?
I xi kiê nưn bô chưng ki ca ni ơl ma na tuêm ni cá?

❖   Tất cả các đồng hồ trong cửa hàng này thời gian bảo
hành là một năm
여기 있는 시계들은 보증기간이 1 년입니다.
Dơ ki ít nưm xi kiê tư rưn bô chưng ki ca ni i liơn
im ni tà.

❖   Đồng hồ của tôi chạy không đúng
제시계는 시간이 잘 맞지 않습니다.
Chê xi kiê nưn xi ca ni chal mát chi an xưm ni tà

❖   Đồng hồ của tôi bị chết rồi
제 시계가 멈췄습니다
Chế xi kiê ka mơm chuớt xưm ni tà

❖ Có thể sửa ở đâu nhỉ?
어디에서 수리를 할수 있습니까?
Ơ ti ê xơ xu ri rưl hal xu ít xưm ni cá?

❖ Ở tiệm đồng hồ có sửa đồng hồ không?
시계점에서 수리도 할수 있나요?.
Xi kiê chơ mề xơ xu ri tô hal xu ít nả dô?

❖ Đồng hồ của tôi bị vô nước. Có thể làm khô nó được không?
제 시계에 습기가 찼습니다. 혹시 습기를 제거할수
있나요?
*Chê xi kiê ê xứp ki ca chát xưm ni tà. Hốc xi xứp ki
rưl chê cơ hal xu ít nả dó?*

❖ Kim đồng hồ này bị hư rồi, phải thay cái mới thôi
이시계의 바늘이 고장났습니다. 새로운 것으로
바꿔야합니다.
*I xi kiê ưi ba nư ri cô chang nát xưm ni tà. xe rô un
kơ xư rô ba cưa da hăm ni tà.*

9. Lựa chọn màu sắc
색상 고르기

❖ Ông(Bà) đang tìm màu gì ạ?
어떤 색깔을 찾으십니까?
Ơ tơn xéc ca rưl cha chư xim ni cá?

171

❖ Ở đây có những màu gì thế?
어떤 색깔이 있나요?
Ơ tơn xéc ca ri ít nả dô?

❖ Không có màu sắc khác à?
다른 색깔은 없습니까?
Ta rưl xéc ca rưn ợp xưm ni cá?

❖ Có màu đen không?
검정색 있습니까?
Cơm chơng xéc ít xưm ni cá?

❖ Có màu đỏ thẫm không?
붉은색 있습니까?
Bôl cưn xéc ít xưm ni cá?

❖ Màu xanh và màu trắng, hãy cho mỗi thứ một cái
파란색, 흰색 한 벌씩 주세요
Pha ran xéc, hin xéc hăn bơl xíc chu xê dồ

❖ Màu hơi đậm
색이 좀 질군요
Xe ci chôm chit cùn nhô

❖ Màu hơi tối
색이 좀 어둡군요
Xe ci chôm ơ túp cùn nhô

❖ Màu sắc hoa lệ quá.
색이 좀 화려합니다.
Xe ci chôm hoa riơ hăm ni tà

❖ Tôi thích màu này.
저는 이 색을 좋아합니다.
Chơ nưn i xe cưl chô a hăm ni tà

❖ Không có màu đậm hơn à?.
좀 더 진한 색깔은 없습니까?
Chôm tơ chin han xéc ca rưn ợp xưm ni cá?

❖ Không có màu nhìn dễ chịu hơn à?
좀 연한 색깔은 없나요?
Chôm iơn han xéc ca rưn ợp na dô?

❖ Màu này tiếng Hàn gọi là gì?
이색깔은 한국어로 뭐에요?
I xéc ca rưn han cu cơ rô mươ ê dô?

10. Phần từ mới liên quan
관련단어

May áo	옷을 맞추다	*Ốt uʔ mát chu tà*
Hoàn thành	완성하다	*Oan xơng ha tà*
Áo quần may sẵn	기성복	*Ki xơng bốc*
Phòng thay đồ	탈의실	*Tha uʔ xil*
Chất liệu	소재	*Xô che*

Giặt	세탁	*Xê thác*
Có khả năng	가능하다	*Ka nưng ha tà*
Bẩn	더럽다	*Tơ rớp tà*
Chủng loại	종류	*Chông Niu*
Xem	구경하다	*Cu kiơng ha tà*
Tiện lợi	간편하다	*Kan phiên ha tà*
Đơn giản	간단하다	*Kan tan ha tà*
Tờ giải thích	설명서	*Xơl miơng xơ*
Đồ trang trí	장식품	*Chang xíc phum*
Khô, héo	시들	*Xi tưl*
Bình hoa	화병	*Hoa biơng*
Dải băng	리본	*Ri bôn*
Mỏng	얇다	*Iáp tà*
Con mực	오징어	*Ô ching ơ*
Lấy ra	꺼내다	*Cơ ne tà*
Tươi	싱싱하다	Xing xing ha tà
Ngọt	달다	*Tal tà*
Khách quen	단골 손님	*Tan côl xôn nim*
Đế	굽	*Cúp*
Phù hợp	적당하다	*Chốc tang ha tà*

Đóng gói	포장하다	*Phô chang ha tà*
Ngọc trai	진주	*Chin chu*
Nhân tạo	양식	*Iang xíc*
Giống nhau	비슷하다	*Bi xứt ha tà*
Kiểu dáng	디자인	*Ti cha in*
Đồng hồ điện tử	전자시계	*Chơn cha xi kiê*
Thời gian bảo hành	보증기간	*Bô chưng ki can*
Trừ khử	제거하다	*Chê kơ ha tà*
Hoa lệ	화려하다	*Hoa nơ ha tà*
Cửa hàng	가게	*Ka kê*
Siêu thị	백화점	*Béc hoa chơm*
Hiệu buôn bán	상점	*Xang chơm*
Cửa hàng hoa	꽃가게	*Cốt ka kê*
Chợ	시장	*Xi chang*
Căng tin	매점	*Me chơm*
Nhà ăn	식당	*Xíc tang*
Áo	옷	*Õt*
Áo sơ mi	셔츠	*Xơ chử*
Áo trong	속옷	*Xốc õt*
Nội phục	내복	*Ne bốc*

Tiếng Hàn dành cho người...

Áo mưa	비옷	*Bi ốt*
Áo khoác	외투	*Uê thu*
Áo lót	내의	*Ne uí*
Áo choàng nữ	브래지어	*Bư le chi ơ*
Áo khoác	코트	*Khô thừ*
Áo bơi	수영복	*Xu iơng bốc*
Áo phông	티셔츠	*Thi xiơ chừ*
Đồ bảo hộ	작업복	*Chác cớp bốc*
Áo ngủ	잠옷	*Cham ốt*
Complê	양복	*Iang bốc*
Cái váy	치마	*Chi ma*
Quần	바지	*Ba chi*
Quần bò	청바지	*Chơng ba chi*
Quần sóc lỡ	반바지	*Ban ba chi*
Quần lót	팬티	*Phen thi*
Cái ô	우산	*U san*
Dép	신발	*Xin bal*
Giày thể thao	운동화	*Un tông hoa*
Giày bóng đá	축구화	*Chúc cu hoa*
Giày da	구두	*Cu tu*

Tất	양말	*Iang mal*
Tất da phụ nữ	스타킹	*Xư tha khing*
Kính đeo mắt	안경	*An kiơng*
Máy ảnh	카메라	*Kha mê ra*
Phim chụp ảnh	필름	*Phil rừm*
Băng nhạc	테이프	*The i phừ*
Gia cụ	가구	*Ka cu*
Hàng mỹ nghệ	공예품	*Công dê phum*
Đồ gốm	도자기	*Tô cha ki*
Đĩa CD	씨디	*Xi đi*
Bóng điện	전등	*Chơn tưng*
Tủ lạnh	냉장고	*Neng chang cô*
Máy giặt	세탁기	*Xê thác ki*
Mũ	모자	*Mô cha*
Nước hoa	향수	*Hiang xu*
Son	립스틱	*Rip xư thíc*
Xà bong	비누	*Bi nu*
Kem đánh răng	치약	*Chi iác*
Bàn chải	칫솔	*Chít xôl*
Bật lửa	라이타	*La i tha*

Cà vạt	넥타이	*Nếc tha i*
Khăn mùi xoa	손수건	*Xôn xu kơn*
Khăn mặt	수건	*Xu kơn*
Quà lưu niệm	기념품	*Ki niơm phum*
Giá cả	가격	*Ca kiức*
Tăng giá	가격을 올리다	*Ca kiức ưl ô la tà*
Hạ giá	가격을 내리다	*Ca kiức ưl ne ri tà*
Giảm giá	세일	*Xê il*
Giá cố định	고정가격	*Cô chơng ca kiức*
Hàng hoá	물건	*Mul cơn*
Mua hàng	물건을 싸다	*Mul cơn ưl xa tà*
Đổi	교환하다	*Kiô hoan ha tà*
Vải	원단	*Uôn tan*
Mặc thử	입어보다	*I bơ bô tà*
Cỡ, Số	사이즈	*Xa i chử*
Mặc	입다	*Íp tà*
Cởi	벗다	*Bớt tà*
Nhẫn	반지	*Ban chi*
Dây chuyền	목걸이	*Mốc kơ ri*
Hàng nội	국산품	*Cúc xan phum*

Hàng ngoại	외제품	*Uê chê phum*
Mua	사다	*Xa tà*
Bán	팔다	*Phal tà*
Chất lượng	질	*Chil*
Số lượng	수량	*Xu liang*
Giao hàng	배달	*Be tal*

Màu sắc 색깔

Màu đỏ	빨갈색	*Bal can xéc*
Màu vàng	노란색	*Nô ran xéc*
Màu xanh	파란색	*Phan ran xéc*
Màu trắng	흰색	*Hin xéc*
Màu hồng	분홍색	*Bun hông xéc*
Màu đen	검은색	*Kơ mưn xéc*
Màu nâu	갈색	*Kal xéc*
Màu xanh vàng	연두색	*Iơn tu xéc*
Màu xanh lục	초록색	*Chô rốc xéc*
Màu xám	회색	*Huê xéc*
Màu tím	자색	*Cha xéc*

Màu vàng cam	주황색	*Chu hoang xéc*
Màu đỏ tía	붉은색	*Bôl cưn xéc*
Màu nhạt	연한색	*Iơn han xéc*
Màu xanh đậm	남색	*Nam xéc*
Màu da trời	하늘 색	*Ha nưl xéc*

Chương 6:

6 장

CUỘC SỐNG
생활

1. Điện thoại
전화때

❖ A lô
여보세요.
Dơ bô xê dộ

❖ Tôi là người Việt Nam
저는 베트남 사람 입니다.
Chơ nưn bê thư nam xa ram im ni tà

❖ Có anh Dương thông dịch đấy không ạ?
영 통역관님 계십니까?
Iơng thông iớc koan nim kiê xim ni cá?

❖ Vâng. Xin lỗi ai đấy ạ?
네, 실례지만 누구시죠?
Nê, xi liê chi man nu ku xi chiô?

❖ Tôi là Dương - Tu nghiệp sinh đến từ Việt Nam
베트남에서 온 연수생 영입니다.
Bê thư nam ê xơ ôn iơn xu xeng Iơng im ni tà

❖ Vâng, tôi sẽ chuyển máy, xin vui lòng chờ một chút
네, 바꿔 드릴게요. 잠시만 기다리세요
Nê, ba kươ tư ril kê dồ. Cham xi man ki ta ri xê dồ

❖ Bây giờ đang nói chuyện điện thoại. Xin vui lòng một
   chút nữa gọi lại
   통화 중 입니다. 조금 후에 다시 한번 걸어주십시오.
   *Thông hoa chung im ni tà. Chô cưm hu ê ta xi hăn
   bơn kơ rơ chu xíp xi ô.*

❖ Bây giờ Ông ấy đang họp
   그 분은 지금 회의 중입니다
   Cu bu nưn chi cưm huê ưi chung im ni tà

❖ Vừa đi ra ngoài một chút rồi
   지금 자리에 안 계십니다
   Chi cưm cha ri ê an kiê xim ni tà

❖ Có nhắn gì không?
   메모를 남겨 드릴까요?
   Mê mô rưl nam kiơ tư ril cả dô?

❖ Chừng nào thì sẽ quay trở lại?
   언제쯤 돌아오십니까?
   Ơn chê chưm tô ra ô xim ni cá?

❖ Có lẽ là chiều nay sẽ quay trở lại
   아마 오늘 오후에 돌아오실 겁니다.
   A ma ô nưl ô hu ê tô ra ô xil kơm ni tà

❖ Bây giờ không có ở đây. Đi công tác rồi.
   지금 안 계시는데요. 출장 갔습니다.
   Chi cưm an kiê xi nưn tê dô. Chul chang cát xưm ni tà

❖ Không nghe rõ, hãy nói lớn hơn một chút cho
   잘 안 들립니다. 좀 크게 말씀해주십시오.
   Chal an tư lim ni tà. Chôm khư kê mal xưm he chu xíp xi ô

❖ Thế có biết số điện thoại cầm tay của ông ấy không?
혹시 핸드폰 번호를 아십니까?
Hốc xi hen tư phôn bơn hô rưl a xim ni cá?

❖ Hãy cho tôi số điện thoại cầm tay của ông ấy.
핸드폰 번호를 알려주세요.
Hen tư phôn bơn hô rưl a lơ chu xê dồ

❖ Ông ấy để điện thoại lại đây và đi ra ngoài rồi.
핸드폰을 두고 갔습니다.
Hen tư phô nưl tu cô cát xưm ni tà

❖ Xin để lại địa chỉ liên lạc tôi sẽ nói ông ấy gọi lại
연락처를 남기시면 전화 드리라고 할게요
*Iơn lác chơ rưl nam ki xi miơn chơn hoa tư ri ra kô
hal kê dồ*

❖ Số điện thoại của tôi là 016-776-3971
저의 전화번호는 016-776-3971 입니다.
*Chơ ưi chơn hoa bơn hô nưn kông il dúc chi chi iúc ê
xam cu chi il im ni tà*

❖ Nếu ông ấy về thì tôi sẽ nói cái anh nhắn cho ông ấy
그분이 돌아오시면 메모 남겨 드리겠습니다.
*Cư bu ni tô ra ô xi miơn mê mô nam kiơ tư ri kết xưm
ni tà*

2. Khi mua thẻ & Máy điện thoại
전화 하고 전화 카드를 살 때

❖ Ở đây có bán card điện thoại quốc tế không?
여기 국제 전화 카드가 있습니까?
Dơ ki cúc chê chơn hoa kha tư ka ít xưm ni cá?

❖ Muốn gọi đi nước nào?
어느 나라에 전화하겠습니까?
Ơ nư na ra ê chơn hoa ha kết xưm ni cá?

❖ Tôi muốn gọi về Việt Nam
베트남으로 전화 하고 싶습니다.
Bê thư nam ư rô chơn hoa ha cô xíp xưm ni tà

❖ Có nhiều loại lắm, Ông (Bà) mua loại nào?
여러 가지가 있습니다. 어느 카드를 사고 싶습니까?
Dơ rơ ka chi ka ít xưm ni tà. Ơ nư kha tư rưl xa cô
xíp xưm ni cá?

❖ Hãy lấy cho tôi cái nào tốt nhất ấy
제일 좋은 것을 주세요
Chế il chô hưn cơ xưl chu xê dồ

❖ Có thể gọi được bao nhiêu phút?
몇 분 정도 통화 가능 합니까?
Miớt bun chơng tô thông hoa ka nưng hăm ni cá?

185

❖ Hãy cho tôi 2 cái card
두장의 카드를 주세요
Tu chang ưi kha tư rưl chu xê dồ

❖ Hãy hướng dẫn cho tôi cách gọi điện thoại về Việt nam
베트남에 전화하는 방법을 가르쳐 주세요.
*Bê thư na mê chơn hoa ha nưn bang bơ pưl ka rư
chiơ chu xê dồ*

❖ Tôi muốn mua card điện thoại để nạp vào máy
전화에 입금할 수 있는 카드를 사고 싶습니다.
*Chơn hoa ê íp cưm hal xu ít nưn kha từ rưl xa cô
xíp xưm ni tà.*

❖ Máy của quý khách số bao nhiêu?
전화 번호가 몇 번이죠?
Chơn hoa bơn hô ka miớt bơn i chiô?

❖ Cho tôi loại bắt đầu là 011 ấy
011 로 시작되는 거 주세요
Kông il il rô xi chác tuê nưn kơ chu xê dồ

❖ Hãy nạp giùm tôi, tôi không biết cách nạp
입금해주세요, 저는 입금 방법을 모릅니다.
*Íp cưm he chu xê dồ. Chơ nưn íp cưm bang bơ pưl
mô rưm ni tà*

❖ Được rồi ạ
다 됐습니다
Ta tuét xưm ni tà

❖ Xin cảm ơn ông.
감사합니다
Cam xa hăm ni tà

❖ Máy tôi hết pin rồi
제 핸드폰 배터리가 떨어졌습니다.
Chê hen tư phôn be thơ ri ka tơ rơ chiớt xưm ni tà

❖ Tôi muốn xạc pin. Ở đây có xạc pin giùm không?
배터리를 충전하고 싶습니다. 충전해 주시겠습니까?
Be thơ ri rưl chung chơn ha cô xíp xưm ni tà.
Chung chơn he chu xi kết xưm ni cá?

❖ Lúc nãy đang nói chuyện thì máy hết pin
이야기하다가 배터리가 떨어졌습니다.
I da ki hạ tà ka be thơ ri ka tơ rơ chiớt xưm ni tà

❖ Tôi muốn mua một cái điện thoại
저는 핸드폰을 사고 싶습니다.
Chơ nưn hen từ phô nưl xa cô xíp xưm ni tà

❖ Cái máy điện thoại giá bao nhiêu thế?
이 전화기는 얼마입니까?
I chơn hoa ki nưn ơl ma im ni cá?

❖ Ba trăm ngàn
30 만원 입니다
Xam níp man ươn im ni tà

❖ Cái có là máy cũ à?
그것은 중고입니까?
Cư cơ xưn chung cô im ni cá?

❖ Không phải, đó là máy mới đấy
아닙니다. 새로운 것입니다.
A nim ni tà. Xe rô un cơ xim ni tà

❖ Tôi muốn mua loại điện thoại dùng thẻ ấy
저는 카드폰을 사고 싶습니다.
Chơ nưn kha từ phô mưl xa cô xíp xưm ni tà

❖ Hướng này, tất cả đều là điện thoại dùng thẻ
이쪽은 다 카드폰입니다.
I chô cưn ta kha từ phốn im ni tà

❖ Tôi muốn đổi cái điện thoại này lấy cái đó thì phải bù
bao nhiêu?
이것을 그것으로 바꾸려면 얼마를 더 드려야 합니까?
*I cơ xưl cư cơ xư rô ba cu riơ miơn ơl ma rưl tơ tư
riơ da hăm ni cá?*

❖ Một trăm ngàn
십 만원 입니다.
Xíp man uơn im ni tà

❖ Sao mà đắt thế, không thể rẻ hơn à?
너무 비싸요. 좀 싸게 할 수 없습니까?
Nơ mu bi xa dồ. Chôm xa kê hal xu ợp xưm ni cá?

❖ Hãy đổi số máy này sang máy đó cho tôi có được không?
저장되어있는 전화번호를 그전화로 옮겨줄 수 있나요?
*Chơ chang tuê ơ ít nưn chơn hoa bơn hô rưl cư chơn
hoa rô ôm kiơ chul xu ít nả dô?*

❖ Vâng xong rồi à
예, 다 되었습니다.
Dê, ta tuê ớt xưm ni tà

❖ Cảm ơn ông
감사합니다.
Cam xa hăm ni tà

3. Khi sử dụng Intenet
인터넷 이용하기

❖ Tôi muốn gắn intenet
저는 인터넷을 연결하고 싶습니다.
Chơ nưn intenet ưl iơn kiơl ha cô xíp xưm ni tà

❖ Phòng này có thể nối intenet được không?
이 방에서 인터넷에 접속할 수 있습니까?
I bang ê xơ intenet ê chóp xốc hal xu ít xưm ni cá?

❖ Gần đây có phòng intenet nào không?
이 근처에 인터넷 바가 있습니까?
I cừn chơ ê intenet ba ka ít xưm ni cá?

❖ Ở đây có thể sử dụng email được không?
여기서 e-mail 을 쓸 수 있습니까?
Dơ ki xơ e-mail ưl xưl xu ít xưm ni cá?

❖ Có thể đọc bằng tiếng Hàn không?
한글도 볼 수 있습니까?
Han curl tô bôl xu ít xưm ni cá?

❖ Ở đây đọc không được
여기서는 안 됩니다.
Dơ ki xơ nưn an tuêm ni tà

❖ Một tiếng bao nhiêu tiền thế?
여기는 한 시간에 얼마입니까?
Dơ ki nưn hăn xi ca nê ơl ma im ni cá?

❖ Một tiếng một ngàn won
한 시간 1 천원입니다.
Hăn xi can il chơn ươn im ni tà

❖ Hãy sử dụng máy số 5
5 번 컴퓨터를 쓰십시오.
Ô bơn khơm phiu thơ rưl xư xíp xi ô

❖ Có Webcam không?
화상 채팅이 가능합니까?
Hoa xang chét thing i ka nưng hăm ni cá?

❖ Hãy cho một cái
하나 주세요.
Ha na chu xê dồ

❖ Máy bị vi rút rồi
컴퓨터가 바이러스에 걸렸습니다.
Khơm phiu thơ ka ba i rơ xư ê kơ liớt xưm ni tà

❖ Hãy đổi cho tôi máy khác
다른 컴퓨터로 옮겨주세요.
Ta rưn khơm phiu thơ rô ôm kiơ chu xê dồ

❖ Ở đây hút thuốc được chứ?
여기서 담배를 피워도 됩니까?
Dơ kì xơ tam be rưl phi ươ tô tuêm ni cá?

❖ Tôi muốn mua một cái máy tính
저는 컴퓨터를 사고 싶습니다.
Chơ nưn khơm bu thơ rưl xa cô xíp xưm ni tà

❖ Tôi mới vào Công ty chưa được bao lâu
제가 입사한지 얼마되지 않았습니다.
Chê ka íp xa han chi ơl ma tuê chi a nát xưm ni tà

❖ Vì thế ông có thể ứng tiền ra mua máy tính trước cho
tôi được không?
컴퓨터 값을 미리 선불로 지급해 주시겠습니까?
Khơm phu thờ cáp xưl mi ri xơn bu lô chi cứp he chu
xi kết xưm ni cá?

❖ Sau này trừ vào lương của tôi
앞으로 제 월급에서 공제하겠습니다.
A phư rô chê ươn cư pê xơ công chê ha kết xưm ni tà

❖ Ông có thể mua giùm tôi chứ?
사 주시겠습니까?
Xa chu xi kết xưm ni cá?

4. Thuê nhà
임대(전세, 월세)

❖ Tôi có thấy một quảng cáo cho thuê nhà. Có còn phòng trống không?
전세 집에 대한 광고를 보았습니다. 방이 아직 비어있습니까?
Chơn xê chi pê te han coang cô rưl bô át xưm ni tà.
Bang i a chích bi ơ ít xưm ni cá?

❖ Vâng, còn ạ
예, 있습니다.
Dê, ít xưm ni tà

❖ Xin lỗi, tất cả đã được thuê rồi ạ
미안합니다, 방이 나갔습니다.
Mi an hăm ni tà. Bang i na kát xưm ni tà

❖ Tôi muốn thuê một cái nhà
전셋집 한 채가 필요합니다..
Chơn xê chip hăn che ka phi riô hăm ni tà

❖ Có nhà cho thuê không?
전셋집이 있습니까?
Chơn xê chi pi ít xưm ni cá?

❖ Có phòng trống cho thuê không?
세 놓을 방이 있습니까?
Xê nô hưl bang i ít xưm ni cá?

❖ Tôi có thể xem phòng được không?
방을 볼 수 있습니까?
Bang ưl bôl xu ít xưm ni cá?

❖ Đây là hành lang và đây là phòng khách.
이곳은 현관이고 이곳이 거실입니다.
I cô xưm hiơn coang i cô i cô xi kơ xil im ni tà

❖ Nhà vệ sinh ở phía ngoài kia
화장실이 밖에 있습니다.
Hoa chang xi ri bắc kê ít xưm ni tà

❖ Gần đây có chợ không?
여기 근처 시장이 있습니까?
Dơ ki cừm chơ xi chang i ít xưm ni cá?

❖ Từ đây đến chợ nếu đi bộ mất 10 phút
시장까지 걸어갈려면 10 분 정도 걸립니다.
*Xi chang ca chi kơ rơ ka liơ miơn xíp bun chơng tô
kơ lim ni tà*

❖ Từ toà thị chính đến đây mất khoảng ba mươi phút đi
bằng tàu điện
시청에서 여기까지 지하철로 삼십분 걸립니다
*Xi chơng ê xơ dơ ki ca chi chi ha chơl lô xam xíp bun
kơ lim ni tà*

❖ Nhìn cũng tốt đấy
참 보기 좋습니다.
Cham bô ki chốt xưm ni tà

❖ Tôi vừa lòng với căn nhà này
이 집이 마음에 듭니다
I chi pi ma ư mê tưm ni tà

❖ Tiền thuê nhà một tháng là bao nhiêu?
집세가 한달에 얼마입니까?
Chip xê ka hăn ta rê ơl ma im ni cá?

❖ Một tháng là hai trăm ngàn
한 달에 이십만원입니다
Hăn ta rê i xíp man ươn im ni tà

❖ Phải trả tiền đặt cọc trước của sáu tháng
6 개월 치의 세를 보증금으로 먼저 내셔야 합니다.
*Iúc ke ươn chi ưi xê rưl bô chưng cưm ư rô mơn chơ
ne xiơ da hăm ni tà*

❖ Tiền đặt cọc là bao nhiêu?
보증금은 얼마입니까?
Bô chưng cư mưn ơl ma im ni cá?

❖ Tiền ga, tiền điện nước tôi phải tự bỏ à?
가스비, 전기비는 제가 부담합니까?
Ka xư bi, chơn ki bi nưn chê ka bu tam hăm ni cá?

❖ Có thể hạ giá cho tôi được không?
가격을 깎아 주시겠습니까?
Ka kiơ cưl ca ca chu xi kết xưm ni cá?

❖ Trong trường hợp tôi có việc gấp phải chuyển đi tôi có thể nhận lại được tiền không?
급한 일이 있어서 집을 이사해야 하면 돈을 다시 받을 수 있습니까?
Cứp han i ri ít xơ xơ chi pưl i xa he da ha miơn tô nưl ta xi ba tưl xu ít xưm ni cá?

❖ Khi nào thì tôi có thể chuyển được tới đây?
제가 언제 이사할 수 있나요?
Chê ka ơn chê i xa hal xu ít nả dô?

❖ Sau thứ sáu tuần sau, bất cứ lúc nào cũng có thể được
다음 금요일 이후 어느 때나 가능합니다
Ta ưm kưm dô il i hu ơ nư te na ka nưng hăm ni tà

❖ Tốt, tôi sẽ thuê nhà này
좋습니다. 이 집으로 하겠습니다
Chốt xưm ni tà. I chi pư rô ha kết xưm ni tà

❖ Tôi có thể xem trước hợp đồng được không?
제가 계약서를 미리 볼 수 있습니까?
Chê ka kiê iác xơ rưl mi ri bôl xu ít xưm ni cá?

❖ Ngày mai sẽ ký hợp đồng
내일 계약을 합니다.
Ne il kiê ia cưl hăm ni tà

5. Trong tiệm hớt tóc
미용실 에서

❖ Tôi có thể cắt tóc ở đâu nhỉ?
어디서 머리를 자를 수 있습니까?
Ơ ti xơ mơ ri rưl cha rưl xu ít xưm ni cá?

❖ Tôi muốn cắt tóc
저는 머리를 자르고 싶습니다.
Chơ nưn mơ ri rưl cha rư cô xíp xưm ni tà

❖ Chỉ cắt tóc không thì bao nhiêu?
머리만 자르는데 얼마입니까?
Mơ ri man cha rư nưn tê ơl ma im ni cá?

❖ Cắt tóc, cạo râu, gội đầu, tổng cộng hết bao nhiêu?
머리를 자르고 면도하고 감는데 얼마입니까?
Mơ ri rưl cha rư cô miơn tô ha cô kam nưn tê ơl ma im ni cá?

❖ Tất cả hết ba mươi ngàn
모두 3 만원입니다.
Mô tu xam man ươn im ni tà

❖ Xin mời lại đây. Ngồi vào đây ạ
이리 오십시오. 여기 앉으십시오
I ri ô xíp xi ô. Dơ ki an chư xíp xi ô

❖ Cắt như thế nào đây ạ?

머리를 어떻게 깎아 드릴까요?

Mơ ri rưl ơ tớt kê ca ca tư ril cả dô?

❖ Đừng có cắt ngắn quá

너무 짧지 않게 깎아 주십시오

Nơ mu cháp chi an kê ca ca chu xíp xi ô

❖ Hãy cắt ngắn cho tôi

짧게 깎아 주세요

Cháp kê ca ca chu xê dồ

❖ Cắt ngắn đến cỡ nào đây ạ?

머리를 얼마나 짧게 깎을 까요?

Mơ ri rưl ơl ma na cháp kê cá cưl cả dô?

❖ Hãy cắt cho tôi kiểu tóc hợp với tôi

저에게 잘 어울리는 모델을 깎아주세요

Chơ ê kê chal ơ u li nưn mô tê rưl ca ca chu xê dồ

❖ Khuôn mặt của tôi hợp với kiểu tóc nào thì hãy cắt theo kiểu đó cho

제 얼굴은 어떤 모델이 잘 어울리면 그 모델을 깎아주세요

Chê ơl cu rưn ơ tơn mô tê ri chal ơ u li mơn cư mô tê rưl ca ca chu xê dồ

❖ Hãy nhuộm tóc cho tôi

염색해주세요

Iơm xéc he chu xê dồ

* ❖ Qúy khách nhuộm màu gì ạ?
  무슨 색깔로 염색하시겠습니까?
  Mu xưn xéc ca lô iơm xéc ha xi kết xưm ni cá?

* ❖ Hãy đi hướng này để gội đầu
  머리를 감게 이쪽으로 오십시오
  Mơ ri rưl kam kê i chôcư rô ô xíp xi ô

* ❖ Sau khi xong hết hãy mátxa cho một lúc
  다 마친 후에 마사지 좀 해주십시오
  Ta ma chin hu ê ma xa chi chôm he chu xíp xi ô.

* ❖ Chẻ tóc theo hướng nào ạ?
  머리를 어느 쪽으로 가르십니까?
  Mơ ri rưl ơ nư chô cư rô ka rư xim ni cá?

* ❖ Tôi muốn uốn tóc
  퍼머를 하고 싶습니다.
  Phê mơ rưl ha cô xíp xưm ni tà

* ❖ Tôi muốn duỗi tóc
  스트레이트를 하고 싶습니다.
  Xư thư rê i thừ rưl ha cô xíp xưm ni tà

* ❖ Để xong thì thời gian mất khoảng bao lâu?
  다 끝나려면 얼마나 걸립니까?
  Ta cứt na riơ miơn ơl ma na kơ lim ni cá?

* ❖ Hãy cắt theo kiểu tóc ngắn ngang vai cho tôi. Dạo này kiểu đó đang rất thịnh hành
  머리를 단발형으로 깎아 주세요. 요즘 아주 유행하고 있습니다.
  Mơ ri rưl tan bal hiơng ư rô ca ca chu xê dồ. Dô chưm a chu du heng ha cô ít xưm ni tà

❖ Sau khi cắt xong hãy mát xa mặt cho tôi
머리를 깎은 후에 얼굴 마사지를 해주십시요.
Mơ ri rưl ca cưn hu ê ơl cul ma xi chi rưl he chu xíp xi ô

❖ Xong rồi đấy ạ. Hãy nhìn thử vào gương xem có chỗ nào
cần sửa không ạ
이제 다 끝났습니다. 거울을 보시고 고치고
싶으시면 말씀해주십시오.
I chê ta cứt nát xưm ni tà. Kơ u rưl bô xi cô cô chi
kô xí phư xi miơn mal xưm he chu xíp xi ô.

❖ Rất là tốt. xin cảm ơn
아주 잘 되었습니다. 감사합니다.
A chu chal tuê ớt xưm ni tà. Cam xa hăm ni tà.

6. Xin về phép
휴가신청

❖ Mẹ tôi đang bị bệnh vì thế tôi muốn về phép
제 어머니 몸이 편찮으셔서 휴가를 내고 싶습니다.
Chê ơ mơ ni mô mi phiơn cha nư xiơ xơ hiu ka rưl
ne cô xíp xưm ni tà

❖ Hãy cho tôi về từ ngày 10 đến ngày 25
10 일부터 25 일까지 보내주세요
Xíp il bu thơ i xíp ô il ca chi bô ne chu xê dỏ

❖ Hãy cho tôi về khoảng chừng 20 ngày
   20 일간 휴가 보내주세요
   I xíp il can hiu ka bô ne chu xê dồ

❖ Tôi hứa sau khi quay lại Hàn Quốc tôi sẽ làm việc tích cực hơn
   한국에 다시 돌아올 때 일을 열심히 하겠다고
   약속합니다.
   Han cu cê ta xi tô ra ôl te il rưl dơl xim hi ha kết ta
   cô iác xốc hăm ni tà

❖ Nhà máy có thể đặt vé máy bay cho tôi được không?
   항공권을 예매해 주실 수 있습니까?
   Hang công kươ nưl dê me he chu xil xu ít xưm ni cá?

❖ Hãy đặt vé máy bay 2 chiều cho tôi
   비행기를 왕복으로 예매해 주세요.
   Bi heng ki rưl oang bốc ư rô dê me he chu xê dồ

❖ Hãy xin phép tái nhập cảnh cho tôi
   재 입국 허가를 꼭 신청해야 합니다
   Che íp cúc hơ ka rưl cốc xin chơng he da hăm ni tà

❖ Nhớ quay lại đúng thời gian
   돌아오는 날을 잘 지켜주세요.
   Tô ra ô nưn na rưl chal chi khiơ chu xê dồ

7. Chiêu đãi
초대하기

❖ Ngày mai có thời gian không?
내일 시간이 있으세요?
Ne il xi ca ni ít xư xê dố?

❖ Tôi muốn chiêu đãi ông một bữa
제가 식사 대접을 하고 싶은데요
Chê ka xíc xa te chơ pưl ha cô xíp ưn tê dô

❖ Buổi ăn tối hôm nay tôi sẽ mời
오늘 저녁에 제가 대접해 드리겠습니다.
Ô nưl chơ niớ cê chê ka te chớp he tư ri kết xưm ni tà

❖ Vâng, cảm ơn ông. Tôi sẽ tới
예, 고맙습니다. 가겠습니다.
Dê, cô máp xưm ni tà. Ca kết xưm ni tà.

❖ Xin lỗi ông, tôi muốn đi lắm nhưng tôi đã có hẹn rồi
미안합니다, 가고 싶지만 이미 약속이 있습니다.
Mi an hăm ni tà, ca cô xíp chi man i mi iác xô ci ít xưm ni tà

❖ Cảm ơn ông đã mời nhưng tôi có cuộc hẹn khác rồi
초대해주셔서 고맙습니다만 다른 약속이 있습니다.
Chô te he chu xiơ xơ cô máp xưm ni tà man ta rưn iác xô ci ít xưm ni tà

❖ Chúng ta cùng ăn cơm trưa nhé?
우리 함께 점심식사 할까요?
U ri hắp cê chơm xim xíc xa ha cả dố?

❖ Cùng làm một ly trà chứ?
차 한 잔 함께 하시죠?
Cha hăn chan hắp cê ha xi chiô?

❖ Tối nay cùng đi làm một chén nhé
오늘 저녁에 술 한 잔 함께 합시다.
Ô nưl chơ niơ cê xul hăn chan hăm kê hắp xi tà

❖ Nơi này tôi không rành lắm vì thế hãy giới thiệu một nhà
ăn thật ngon
제가 이곳을 잘 모르니까 맛있는 음식점을
소개해주세요
*Chê ka i cô xưl chal mô rư ni ca ma xít nưn ưm xíc
chơ mưl xô ke he chu xê dồ*

❖ Gặp nhau ở quán ăn Hàn Quốc gần công ty nhé
회사 근처에 있는 한국 음식점에서 만납시다.
*Huê xa cưn chơ ê ít nưn han cúc ưm xíc chơ mê xơ
man nắm xi tà*

❖ Chừng mấy giờ thì tốt nhỉ?
몇 시가 좋을까요?
Miớt xi ka chô hưl cả dô?

❖ Ngày mai chừng 7 giờ tối thì thế nào?
내일 저녁 7 시가 어떻습니까?
Ne il chơ niớc il cốp xi ka ơ tớt xưm ni cá?

❖ Xin lỗi vì đã để ông phải chờ
기다리게 해서 죄송합니다.
Ki ta ri kê he xơ chuê xông hăm ni tà

❖ Xin lỗi vì tới trễ
늦어서 미안합니다.
Nư chơ xơ mi an hăm ni tà

❖ Không, tại tôi tới hơi sớm
아니오, 제가 일찍 온 것 같습니다.
A ni ô, chê ka il chích ôn cớt cát xưm ni tà

❖ Xin mời ngồi xuống ta nói chuyện
앉아서 얘기나 좀 나누시죠
An cha xơ de ki na chôm na nu xi chiô

❖ Tôi đã nghe bạn tôi nói nhiều về ông.
제 친구가 선생님에 대해 많이 말해 주었습니다.
Chê chin cu ka xơn xeng ni mê te he ma ni mal he
chu ớt xưm ni tà

❖ Ông (Bà) muốn dùng món gì?
무슨 음식을 드시고 싶으세요?
Mu xưm ưm xí cưl tư xi cô xí phư xê dố?

❖ Món nào cũng được cả
뭐든지 괜찮습니다.
Mua tưn chi kuen chan xưm ni tà

❖ Bạn thích món ăn Hàn Quốc chứ?
한국 음식 좋아합니까?
Han cúc ưm xíc chô a hăm ni cá?

❖ Tôi hút thuốc cũng được chứ?

담배 좀 피워도 됩니까?

Tam be chôm phi ươ tô tuêm ni cá?

❖ Hãy chuyển giùm tôi lọ muối

소금 좀 건네 주십시오

Xô cưm chôm kơn nê chu xíp xi ô

❖ Thức ăn rất là ngon

음식이 맛있습니다.

Ưm xí ci ma xít xưm ni tà

❖ Cảm ơn ông (Bà) vì đã chiêu đãi tôi

저를 초대해 주셔서 매우 감사합니다.

Chơ rưl chô te he chu xiơ xơ me u cam xa hăm ni tà

❖ Buổi tối nay rất là vui

오늘 저녁 매우 즐거웠습니다.

Ô nưl chơ niơc me u chưl cơ uớt xưm ni tà

❖ Bây giờ tôi phải đi rồi

지금 제가 가야겠습니다.

Chi cưm chê ka ca da kết xưm ni tà

❖ Đây là số điện thoại của tôi. Khi nào cần ông hãy liên lạc cho.

여기 제 전화번호입니다. 필요하시면 연락해주세요.

Dơ ki chê chơn hoa bơn hô im ni tà. Phi riô ha xi

miơn iơn lác he chu xê dồ

8. Ở nhà ăn
음식점에서

❖ Ở Hàn Quốc món ăn Việt Nam nổi tiếng nhất là món gì?
  한국에서 가장 유명한 베트남 음식은 무엇입니까?
  Han cu cê xơ ka chang du miơng han bê thư nam
  ưm xi cưn mu ơ xim ni cá?

❖ Món ăn Việt nam nổi tiếng nhất là phở gạo
  쌀국수는 베트남 음식으로 유명합니다.
  Xal cúc xu nưn bê thư nam ưm xi cư rô du miơng
  hăm ni tà

❖ Đi đâu thì có thể ăn được món ăn Việt Nam nhỉ?
  어디서 베트남 음식을 먹을 수 있습니까?
  Ơ ti xơ bê thư nam ưm xí cưl mơ cưl xu ít xưm ni cá?

❖ Có thể mua được các loại thức ăn Việt Nam ở cửa hàng
  bản đồ Việt Nam
  베트남 가게에서 여러 가지 베트남 음식을 삽니다.
  Bê thư nam ca kê ê xơ dơ rơ ca chi bê thư nam ưm
  xí cưl xăm ni tà

❖ Cho tôi bàn hai người
  2 인이 식사할수 있는 곳을 안내해 주세요
  I in i xíc xa hal xu ít nưn cô xưl an ne he chu xê ơ

❖ Xin lỗi qúy khách. Bàn này đã có người đặt chỗ rồi ạ
미안합니다. 이 식탁은 이미 예약되어 있습니다.
*Mi an hăm ni tà. I xíc tha cưn i mi dê iác tuê ơ ít
xưm ni tà*

❖ Cho tôi xem thực đơn.
메뉴판을 보여주세요
Mê niu pha nưl bô dơ chu xê dồ

❖ Ông (Bà) dùng món gì ạ?
무엇을 드시겠습니까?
Mu ơ xưl tư xi kết xưm ni cá?

❖ Ông (Bà) uống gì không?
무엇을 마시겠습니까?
Mu ơ xưl ma xi kết xưm ni cá?

❖ Hãy cho tôi miến lạnh
냉면을 주세요
Neng mơ nưl chu xê dồ

❖ Cho một chai bia
맥주 한 병 주세요
Méc chu hăn biơng chu xê dồ

❖ Hãy cho thêm một chai sôchu nữa
소주 한병 더 주세요
Xô chu hăn biơng tơ chu xê dồ

❖ Làm thêm một chén chứ?
한잔 더 하시겠습니까?
Hăn chan tơ ha xi kết xưm ni cá?

❖ Có thể chuyển đến chỗ của tôi được không?
  저의 자리로 옮겨 주시겠습니까?
  Chơ ưi cha ri rô ôm kiơ chu xi kết xưm ni cá?

❖ Bà chủ ơi, tính tiền giùm đi
  아주머님, 계산서를 가져오십시오
  A chu mơ nim, kiê xan xơ rưl ka chiơ ô xíp xi ô.

9. Phần từ mới liên quan
관련단어

Quan thông dịch	통역관님	*Thông iớc kuan*
Chờ đợi	기다리다	*Ki ta ri tà*
Hội nghị	회의	*Huê uí*
Nhắn lại	메모를 남기다	*Mê mô rưl nam ki tà*
Quay lại	돌아오다	*Tô la ô tà*
Đi công tác	출장 가다	*Chul chang ca tà*
Lớn	크다	*Khư tà*
Nơi liên lạc	연락처	*Iơn lác chơ*
Nạp tiền vào	입금하다	*Íp cưm hà tà*
Phương pháp	방법	*Bang bóp*
Nạp điện	충전하다	*Chung chơn ha tà*
Lưu vào	저장	*Chơ chang*

Liên kết	연결하다	*Iơn kiơn ha tà*
Webcam	화상	*Hoa xang*
Vi rút	바이러스	*Ba i rơ xừ*
Hút thuốc	담배를 피우다	*Tam be rưl phi u tà*
Trừ	공제하다	*Công chê ha tà*
Thuê nhà	전세 집	*Chơn xê chíp*
Phòng	방	*Bang*
Hành lang	현관	*Hiơn Kuan*
Tiền đặt cọc	보증금	*Bô chưng cưm*
Tiền gas	가스비	*Kaxư bi*
Tiền điện	전기비	*Chơn ki bi*
Chuyển	이사하다	*I xa ha tà*
Bản hợp đồng	계약서	*Kiê iác xơ*
Ký hợp đồng	계약을 하다	*Kiê iác ưl ha tà*
Xem nhà	집을 보다	*Chíp ưl bô tà*
Điện thoại địa chỉ nhà	집 주소 전화	*Chíp chu xô chơn hoa*
Nhà ở	주택	*Chu théc*
Đặt cọc toàn bộ	전세	*Chơn xê*
Người cho thuê	임대인	*Im te in*
Người thuê nhà	임차인	*Im cha in*
Người đại diện	대리인	*Te ri in*
Bất động sản	부동산	*Bu tông san*
Phần cho thuê	임대할 부분	*Im te hal bu bun*
Diện tích	면적	*Miơn chóc*

Nội dung hợp đồng	계약내용	*Kiê iác ne iông*
Chi trả tiền	지불하다	*Chi bul ha tà*
Tiền trả khi ký hợp đồng	계약금	*Kiê iác cưm*
Lệ phí môi giới	중개수수료	*Chung ke xu xu niô*
Trả tiền trước	선불하다	*Xơn bul ha tà*
Trả tiền sau	후불하다	*Hu bul ha tà*
Trả tiền giữa chừng	중도금	*Chung tô cưm*
Số tiền còn lại	잔액	*Chan éc*
Thời gian thuê	계약 기간	*Kiê iác ki can*
Bàn giao nhà	집을 인도하다	*Chíp ưl in tô ha tà*
Tiền điện gas (Nói chung)	공과금	*Công kuang cưm*
Nhường lại cho người khác	양도하다	*Iang tô ha tà*
Ngày ký hợp đồng	계약 체결 날	*Kiê iác chê kiơl nal*
Tiền nước	수도 요금	*Xu tô dô cưm*
Tiền quản lý phí	관리비	*Kuan li bi*
Phòng có người thuê rồi	방이 나갔다	*Bang i na cát tà*
Trả lại phòng	방을 돌려주다	*Bang ưl tô liơ chu tà*
Thanh toán xong	다 정산했다	*Ta chơng xan ha tà*
Tiền thuê nhà trả theo từng tháng	월세	*Uơl xê*
Hợp đồng thuê nhà trả tiền từng tháng	월세 계약서	*Uơl xê kiê iác xơ*
Hợp đồng thuê nhà đặt cọc toàn bộ	전세 계약서	*Chơn xê kiê iác xơ*

Tiếng Hàn dành cho người...

Thỏa thuận đồng ý với nhau 합의하다 *Hắp uỉ ha tà*

Tiền điện gas nước chủ nhà chi 공과금 임대인 부담 *Công kuang cưm im te in bu tam*

Tiền điện gas nước người thuê chi 공과금 임차인 부담 *Công kuang cưm im cha in bu tam*

Kết thúc hợp đồng 계약이 종료하다 *Kiê iác i chông rô ha tà*

Trả lại tiền đặt cọc 보증금 돌려주다 *Bô chung cưm tô lơ chu tà*

Cắt tóc	머리를 자르다	*Mơ ri rưl cha rư tà*
Cạo râu	면도하다	*Miơn tô ha tà*
Gội đầu	머리를 감다	*Mơ ri rưl cam tà*
Ngắn	짧다	*Cháp tà*
Mát xa	마사지	*Ma xa chi*
Uốn tóc	퍼머를 하다	*Phê mơ rưl ha tà*
Duỗi tóc	스트레이트를 하	*Xư thư rê i thư rưl ha tà*
Thịnh hành	유행하다	*Du heng ha tà*
Kiểu tóc ngang vai	단발 형	*Tal bal hiong*
Nghỉ phép	휴가	*Hiu ka*
Xin phép	신청	*Xin chơng*
Tái nhập cảnh	재 입국	*Che íp cúc*
Chiêu đãi	초대하다	*Chô te ha tà*
Hứa hẹn	약속	*Iác xốc*
Ăn trưa	점심식사	*Chơm xim xíc xa*
Món ăn Hàn Quốc	한국 음식	*Han cúc ưm xíc*
Vui vẻ	즐겁다	*Chưl cớp tà*

Bàn ăn	식탁	*Xíc thác*
Miến lạnh	냉면	*Neng miơn*
Bia	맥주	*Méc chu*
Đồ nhắm	안주	*An chu*
Rượu xô chu	소주	*Xô chu*
Điện thoại	전화	*Chơn hoa*
Gọi điện thoại	전화를 하다	*Chơn hoa rưl ha tà*
Quay điện thoại	전화를 걸다	*Chơn hoa rưl kơl tà*
Nối điện thoại	전화 연결하다	*Chơn hoa iơn kiơl ha tà*
Điện thoại quốc tế	국제전화	*Cúc chê chơn hoa*
Điện thoại liên tỉnh	시외전화	*Xi uê chơn hoa*
Điện thoại công cộng	공중전화	*Công chung chơn hoa*
Thẻ điện thoại	전화카드	*Chơn hoa kha từ*
Card trong nước	국내카드	*Cúc ne kha từ*
Card quốc tế	국제카드	*Cúc chê kha từ*
Số thẻ điện thoại	카드번호	*Kha từ bơn hô*
Tự động đăng ký	자동등록	*Cha tông tưng rốc*
Mã số nước	국가번호	*Cúc ka bơn hô*
Mã số vùng	지역번호	*Chi iớc bơn hô*
Số điện thoại	전화번호	*Chơn hoa bơn hô*
Hủy bỏ đăng ký	등록취소	*Tưng rốc bơn hô*
Tiền điện thoại	통화요금	*Thông hoa dô cưm*
Cửa hàng điện thoại	전화 가게	*Chơn hoa ka kê*

Điện thoại bàn	일반전화	*Il ban chơn hoa*
Điện thoại cầm tay	휴대폰	*Hiu te phôn*
Pin điện thoại	전화 배터리	*Chơn hoa be thơ ri*
Đồ xạc pin	충전기	*Chung chơn ki*
Danh bạ điện thoại	전화번호부	*Chơn hoa bơn hô*
Máy điện thoại mới	새 전화	*Xe chơn hoa*
Máy điện thoại cũ	중고 전화	*Chung cô chơn hoa*
Điện thoại trả tiền trước	선불전화	*Xơn bul chơn hoa*
Điện thoại thẻ	카드 폰	*Kha từ phôn*
Cước điện thoại	전화요금	*Chơn hoa dô cưm*

BỆNH TẬT
병

1. Bệnh tật
병

❖ Gần đây có bệnh viện không?
이 근처에 병원이 있나요?
I cưn chơ ê biơng ươ ni ít nà dô?

❖ Hiệu thuốc ở đâu nhỉ?
약국이 어디 있나요?
Iác cu ci ơ ti ít nà dô?

❖ Hãy đưa tôi đến bệnh viện có được không?
저를 병원에 좀 데려다 주시겠어요?
Chơ rưl biơng ươ nê chôm te riơ ta chu xi kết xờ dố?

❖ Hãy gọi cho tôi một bác sỹ
의사를 불러주세요
Ưi xa rưl bu lơ chu xê dồ

❖ Hãy giúp tôi
좀 도와주세요
Chôm tô oa chu xê dồ

❖ Hãy gọi cho một xe cấp cứu
구급차를 불러주세요
Cu cứp cha rưl bu lơ chu xê dồ

❖ Tôi rất là đau
많이 아파요
Ma ni a pha dồ

❖ Đau ở đâu mà tới đây?
어디가 아파서 오셨어요?
Ơ ti ka a pha xơ ô xiớt xờ dố?

❖ Tôi cảm thấy hơi khó chịu
몸이 좀 불편합니다.
Mô mi chôm bul phiơn hăm ni tà

❖ Tôi muốn được đăng ký khám bệnh
검사 접수하고 싶습니다.
Kơm xa chớp xu ha cô xíp xưm ni tà

❖ Phải đăng ký ở đâu?
어디서 접수하나요?
Ơ ti xơ chớp xu ha nả dô?

❖ Có vị bác sỹ nào biết nói tiếng Việt Nam không?
베트남어 할 줄 아는 의사 있습니까?
Bê thư nam ơ hal chul a nưn ưi xa ít xưm ni cá?

❖ Phòng trị liệu ở đâu ạ?
진료실은 어디입니까?
Chin riô xi rưn ơ ti im ni cá?

❖ Cảm thấy khó chịu ở đâu?
어디 불편하십니까?
Ơ ti bul phiơn ha xim ni cá?

Tiếng Hàn dành cho người...

❖ Đau đầu
  머리 아파요
  Mơ ri a pha dồ

❖ Đau bụng
  배가 아파요
  Be ka a pha dồ

❖ Tiếp tục đi tiêu chảy
  계속 설사를 합니다.
  Kiê xốc xơl xa rưl hăm ni tà.

❖ Đau ở đây
  여기가 아파요
  Dơ ki ka a pha dồ

❖ Bị sốt
  열이 나요
  Dơ ri na dồ

❖ Sốt và đau nhức toàn thân
  열이 나고 온몸이 쑤셔요.
  Dơ ri na cô ôn mô mi xu xiơ dồ

❖ Có ho không?
  기침이 나요?
  Ki chim mi na dô?

❖ Ho một chút và nghẹt mũi.
  기침도 좀 나고 코가 막혀요
  Ki chim tô chôm na cô khô ka ma khiơ dồ

❖ Ho kèm theo có đờm
기침하고 가래가 있습니다
Ki chim ha cô ka re ka ít xưm ni tà

❖ Có chảy nước mũi không?
콧물이 나요?
Khốt mu ri na dố?

❖ Đau cổ không?
목이 아파요?
Mô ki a pha dố?

❖ Có lẽ là bị cảm cúm
감기에 걸린 것같습니다.
Cam ki ê kơ lin kớt cát xưm ni tà

❖ Kéo áo lên xem nào
옷을 좀 올려 보세요
Ố xưl chôm ô lơ bô xê dồ

❖ Bị cảm lạnh rồi. Hãy đi theo y tá đến phòng tiêm nhé
감기 몸살이에요. 간호사를 따라 주사실로 가세요
*Cam ki môm xa ri ê dồ. Kan hô xa rưl t ɪ ra chu xa
xi lô ca xê dồ*

❖ Tôi bị say xe
차멀미를 합니다.
Cha mơl mi rưl hăm ni tà

❖ Hãy cho tôi thuốc say xe
차 멀미 약을 주세요
Cha mơl mi ia cưl chu xê dồ

❖ Tôi bị bỏng
화상을 입었어요
Hoa xang ưl i bớt xờ dồ

❖ Bị thương ở đây
여기를 다쳤습니다
Dơ ki rưl ta chiớt xưm ni tà

❖ Bị gãy xương
뼈가 부러졌어요
Biơ ka bu rơ chiớt xờ dồ

❖ Không thể cử động được
움직일 수 가 없습니다
Um chi cil xu ka ợp xưm ni tà

❖ Bị dị ứng
알레르기가 있습니다.
A lê rư ki ka ít xưm ni tà

❖ Bị bệnh tiểu đường
당뇨병이 있습니다.
Tang niô biơng i ít xưm ni tà.

❖ Đã từng phẫu thuật lần nào chưa?
수술한적이 있습니까?
Xu xul han chơ ki ít xưm ni cá?

❖ Chưa phẫu thuật lần nào cả
수술한적이 없습니다.
Xu xul han chơ ki ợp xưm ni tà

❖ Ở Việt Nam cũng bi đau à?
   베트남에서도 아팠습니까?
   Bê thư nam ê xơ tô a phát xưm ni cá?

❖ Tôi bị đau ruột thừa nên đã từng mổ
   저는 맹장염에 걸려서 수술했습니다.
   Chơ nưn meng chang ơ mê kơ lơ xơ xu xul hét xưm ni tà

❖ Nhóm máu gì thế?
   혈액형이 어떻게 됩니까?
   Hơ réc hiơng i ơ tớt kê tuêm ni cá?

❖ Tôi nhóm máu A
   저는 A형 입니다.
   Chơ nưn ây hiơng im ni tà

❖ Hãy hả miệng ra
   입을 벌리세요
   I bul bơ li xê dồ

❖ Lè lưỡi ra nào
   혀를 내미세요
   Hơ rul ne mi xê dồ

❖ Hãy hít thở thật sâu vào
   깊게 숨을 쉬세요
   Kíp kê xu mul xuy xê dồ

❖ Hãy vén tay áo lên
   소매를 걷어주세요
   Xô me rul kơ tơ chu xê dồ

❖ Phải đo huyết áp
혈압을 재야 합니다.
Hiơ ra pưl che da hăm ni tà.

❖ Đi đại tiện bình thường chứ?
대변은 잘 봅니까?
Te biơ nưn chal bôm ni cá?

❖ Tiêu hoá không tốt à?
소화가 잘 되지 않습니까?
Xô hoa ka chal tuê chi an xưm ni cá?

❖ Hôm nay đã ăn những gì?
오늘 무엇을 먹었습니까?
Ô nưl mu ơ xưl mơ cớt xưm ni cá?

❖ Có triệu chứng đi ngoài không?
설사 증세가 있습니까?
Xơl xa chưng xê ka ít xưm ni cá?

❖ Có cảm thấy lạnh và rung mình không?
몸이 차갑고 떨립니까?
Mô mi cha cáp cô tơ lim ni cá?

❖ Bị triệu chứng này từ khi nào?
이런 증상이 얼마나 되었습니까?
I rơn chưng xang i ơl ma na tuê ớt xưm ni cá?

❖ Trước đây đã bị triệu chứng này lần nào chưa?
예전에도 이랬습니까?
Dê chơ nê tô i rét xưm ni cá?

❖ Gần đây có làm việc gì nặng không?
최근에 과로한 일이 있나요?
Chuê cư nê cua rô han i ri ít nả dô?

❖ Chỉ cần uống thuốc, uống thật nhiều nước và nghỉ ngơi mấy ngày là khỏi.
제때 약 먹고 물 많이 마시고 며칠 쉬면 됩니다.
Chê te iác mợc cô mul ma ni ma xi cô miơ chil xuy miơn tuêm ni tà

❖ Phải tiêm đấy
주사를 맞아야 합니다
Chu xa rưl ma cha da hăm ni tà

❖ Tôi muốn chụp x-quang
X-레이를 찍고 싶습니다
X rê i rưl chíc cô xíp xưm ni tà

❖ Phải nhập viện
입원 해야 합니다.
Íp ươn he da hăm ni tà

❖ Phải điều trị ngoại trú
통원 치료를 해야 합니다.
Thông uôn chi riô rưl he da hăm ni tà

❖ Phải phẫu thuật
수술해야 합니다.
Xu xul he da hăm ni tà

❖ Ngày mai lại đến nhé
내일 다시 오세요
Ne il ta xi ô xê dồ

❖ Bệnh có nặng lắm không ạ?
   병이 심합니까?
   Biơng i xim hăm ni cá?

❖ Tiếp tục làm việc vẫn được chứ ạ?
   계속 일 해도 될까요?
   Kiê xốc il he tô tuêl cả dô?

❖ Nếu mà nghỉ ngơi mấy ngày thì tốt hơn
   몇 일 쉬면 좋아질 겁니다.
   Miớt il xuy miơn chô a chil kơm ni tà

❖ Đừng xem thường, phải nghỉ ngơi đầy đủ đấy
   무리하지 말고 푹 쉬셔야 합니다.
   Mu ri ha chi mal cô phúc xuy xiơ da hăm ni tà

❖ Hãy cầm đơn thuốc này ra hiệu thuốc
   이 처방전을 가지고 약국으로 가세요.
   I chơ bang chơ nưl ka chi cô iác cu cư rô ca xê dồ

❖ Tiệm thuốc có ở tầng một của toà nhà trước bệnh viện ấy
   병원 앞 상가 건물 1 층에 있어요
   Biơng uơn áp xang ka kơn mul il chưng ê ít xờ dồ

❖ Hãy cho tôi thuốc giống như đơn thuốc này
   이 처방전에 따라서 약을 주세요.
   I chơ bang chơ nê ta ra xơ ia cưl chu xê dồ

❖ Thuốc này uống thế nào đây ạ?
   이 약을 어떻게 먹지요?
   I ia cưl ơ tớt kê mợc chi dô?

❖ Uống trước khi ăn hay sau khi ăn ạ?
  식전에 먹나요? 식후에 먹나요?
  Xíc chơ nê mọc nả dô? Xíc hu ê mọc nả dố?

❖ Khi nào thì phải uống thuốc?
  약은 언제 먹어야 합니까?
  Ia cưn ơn chê mơ cơ da hăm ni cá?

❖ Một ngày uống mấy lần?
  하루에 몇 번 먹나요?
  Ha ru ê miớt bơn mọc nả dố?

❖ Một ngày uống 3 lần sau khi ăn.
  하루에 식후 3 번 먹어요
  Ha ru ê xíc hu xê bơn mơ cơ dồ

❖ Tôi có thể ăn bất cứ thứ gì mà tôi muốn chứ?
  먹고 싶은 것을 다 먹어도 됩니까?
  Mọc cô xi phưn kơ xưl ta mơ cơ tô tuêm ni cá?

❖ Phải kiêng ăn những gì?
  어떤 음식을 먹지 않아야 하나요?
  Ơ tơn ưm xí cưl mọc chi a na da ha nả dô?

❖ Trong thời gian này không được uống rượu
  술 당분간 드시지 마세요
  Xul tang bun kan tư xi chi ma xê dồ

❖ Không nên ăn thức ăn có dầu mỡ
  기름이 있는 음식을 드시면 안됩니다.
  Ki rư mi ít nưn ưm xi cưl tư xi miơn an tuêm ni tà

❖ Phải đến bệnh viện mấy ngày?
며칠 동안 병원에 와야 합니까?
Miơ chil tông an biơng uô nê oa da hăm ni cá?

❖ Phải nhập viện trong bao lâu?
며칠 동안 입원해야 합니까?
Miơ chil tông an íp uôn he da hăm ni cá?

❖ Phí điều trị là bao nhiêu?
치료비는 얼마입니까?
Chi riô bi nưn ơl ma im ni cá?

❖ Từ hôm qua đến giờ cái răng của tôi nó bị đau
어제 보터 제 이가 아팠습니다.
Ơ chê bu thơ chê i ca a phát xưm ni tà

❖ Tôi muốn khám cái răng
이를 검사하고 싶습니다.
I rưl cơm xa ha cô xíp xưm ni tà

❖ Có một các răng nó bị sâu
썩은 치아가 하나 있습니다.
Xơ cưn chi a ca ha na ít xưm ni tà

❖ Hãy nhổ cho tôi cái răng sâu đó
썩은 치아를 뽑아주세요
Xơ cưn chi a rưl bô ba chu xê dồ

❖ Mắt tôi không thấy rõ.
제 눈이 잘 보이지 않습니다
Chê nu ni chal bô chi an xưm ni tà

❖ Tôi muốn khám lại cái mắt

눈을 검사하고 싶습니다.

Nu nưl kơm xa ha cô xíp xưm ni tà

❖ Ở đây có máy đo mắt không?

여기 눈측정 기계가 있습니까?

Dơ ki nun chức chơng ki kiê ca ít xưm ni cá?

❖ Mắt bên phải tôi nhìn không rõ lắm, hãy kiểm tra mắt bên
phải cho tôi

제 오른쪽 눈이 잘 보이지 않습니다. 오른쪽
눈을 검사해 주세요

*Chê ô rưn chốc nu ni chal bô i chi an xưm ni tà. Ô
rưn chốc nu nưl cơm xa he chu xíp xi ô.*

❖ Mắt cậu bị cận rồi

근시입니다.

Cưn xi im ni tà

❖ Phải đeo kính thôi

안경을 써야 합니다.

An kiơng ưl xơ da hăm ni tà

2. Phần từ mới liên quan
관련단어

Bệnh viện	병원	*Biơng ươn*
Tiệm thuốc	약국	*Iác cúc*
Uống thuốc	복용하다	*Bốc iống ha tà*
Uống trước khi ăn	식전 복용하다	*Xíc chơn bốc iông ha tà*
Uống sau khi ăn	식후 복용하다	*Xíc hu bốc iông hà ta*
Cách uống	복용 방법	*Bốc iông bang bóp*
Một ngày 3 lần	하루 세 번	*Ha ru xê bơn*
Nhập viện	입원하다	*Íp ươn ha tà*
Xuất viện	퇴원하다.	*Thuê ươn ha tà*
Tác dụng phụ	부작용	*Bu chác uông*
Phẫu thuật	수술	*Xu xul*
Phẫu thuật chỉnh hình	성형수술	*Xơng hiơng xu xul*
Nội soi	내시경	*Ne xi kiơng*
Cảm thấy chướng ách	더부룩하다	*Tơ bu rúc ha tà*
Kiểm tra máu	피검사	*Phi kơm xa*
Kiểm tra nước tiểu	소변검사	*Xô biơn kơm xa*
Dị ứng	알레르기	*Alê rư ki*
Nôn	토하다	*Thô ha tà*

Bị thương	다치다	*Ta chi tà*
Bị bỏng	화상	*Hoa xang*
Nhóm máu	혈액형	*Hơ réc hương*
Thị lực	시력	*Xi riếc*
Răng giả	인공 치아	*In công chi a*

Các bộ phận cơ thể
신체부분

Đầu	머리	*Mơ ri*
Tóc	머리카락	*Mơ ri kha rác*
Mũi	코	*Khô*
Cổ	목	*Mốc*
Vai	어깨	*Ơ ke*
Khuôn mặt	얼굴	*Ơl cul*
Tai	귀	*Cui*
Mắt	눈	*Nun*
Miệng	입	*Íp*
Cằm	턱	*Thốc*
Bụng	배	*Be*
Hông	허리	*Hơ ri*
Lưng	등	*Tưng*

Môi	입술	*Íp xul*
Lưỡi	혀	*Hiơ*
Răng	이	*I*
Trán	이마	*I ma*
Gáy	목덜미	*Mốc tơl mi*
Lông mày	눈썹	*Nun xớp*
Lông mi	속눈썹	*Xốc nun xớp*
Cánh tay	팔	*Phal*
Bàn tay	손	*Xôn*
Ngón tay	손가락	*Xôn ca rác*
Bàn chân	발	*Bal*
Ngón chân	발가락	*Bal ka rắc*
Ống chân	정강이	*Chơng cang i*
Bắp chân	정강마루	*Chơng cang ma ru*
Bắp thịt	근육	*Kưn iúc*
Cổ chân	발목	*Bal mốc*
Cổ tay	손목	*Xôn mốc*
Ngực	가슴	*Ka xưm*
Xương	뼈	*Biơ*
Xương sống	등뼈	*Tưng biơ*
Cột sống	척추	*Chốc chu*
Xương vai	어깨뼈	*Ơ œ biơ*
Tủy sống	척수	*Chốc xu*

Máu	피	*Phi*
Nước tiểu	소변	*Xô biơn*
Lỗ rốn	배꼽	*Be cốp*
Lông	털	*Thơi*
Móng chân	발톱	*Bal thốp*
Móng tay	손톱	*Xôn thốp*
Mông	엉덩이	*Ơng tơng i*
Ngón tay cái	엄지손가락	*Ơm chi xôn ca rắc*
Ngón tay giữa	중지손가락	*Chung chi xôn ca rắc*
Ngón tay út	새끼손가락	*Xe ci xôn ca rắc*
Ngón kế út	약지손가락	*Iác chi xôn ca rắc*
Ngón chân cái	엄지발가락	*Ơm chi bal ca rắc*
Ngón chân út	새끼발가락	*Xe ci bal cạ rắc*
Não	뇌	*Nuê*
Điện não đồ	뇌전도	*Nuê chơn tô*
Đỉnh đầu	정수리	*Chơng xu ri*
Gò lưỡng quyển	광대뼈	*Kuang te bơ*
Thái dương	관자놀이	*Kuan cha nô ri*
Rận	이	*I*
Chấy	지	*Chi*
Rệp	빈대	*Bin te*
Tóc quăn	고수머리	*Cô xu mơ ri*
Hói đầu	대머리	*Te mơ ri*

Lỗ tai	귓구멍	*Cuýt cu mơng*
Dái tai	귓불	*Cuýt bul*
Màng nhĩ	귀청	*Cuy chơng*
Đồng tử mắt	눈동자	*Nun tông cha*
Hố mắt	눈구멍	*Nun cu mơng*
Khoảng giữa hai lông mày	미간	*Mi can*
Lòng đen	검은자위	*Kơm ưn chi uy*
Lòng trắng	흰자위	*Hin cha uy*
Thủy tinh thể	수정체	*Xu chơng chê*
Giác mạc	각막	*Kác mác*
Nước mắt	눈물	*Nun mul*
Nước miếng	침	*Chim*
Môi trên	윗입술	*Uýt íp xul*
Môi dưới	아랫입술	*A re íp xul*
Tủy răng	치의 골	*Shi ê côl su*
Răng trên	윗니	*Uýt ni*
Răng dưới	아랫니	*A rét ni*
Răng khểnh	덧니	*Tốc ni*
Cao răng	치석	*Chi xốc*
Cằm trên	위턱	*Uy thốc*
cằm dưới	아래턱	*A re thốc*
Râu	수염	*Xu iơm*
Râu mép	위턱 수염	*Uy thốc xu iơm*

Cằm nhọn	뾰족한 턱	*Bô chốc han thốc*
Lỗ mũi	콧구멍	*Khốt cu mơng*
Lông mũi	코털	*Khô thơ*
Nước mũi	콧물	*Khốt mul*
Sống mũi	콧대	*Khốt te*
Mũi tẹt	납작코	*Náp chác khô*
Thực quản	식도	*Xin tô*
Khí quản	기관	*Ki Kuan*
Amiđan	편도선	*Phiơn tô sơn*
Yết hầu	인후	*In hu*
Tĩnh mạch	정맥	*Chơng méc*
Mạch đập	맥박	*Méc bác*
Điện tâm đồ	심전도	*Xim chơn tô*
Phổi	폐	*Phiê*
Tim	심장	*Xim chang*
Ruột già	대장	*Te chang*
Ruột non	소장	*Xô chang*
Ruột thừa	맹장	*Me chang*
Lỗ yết hầu	명치	*Miơng chi*
Thận	신장	*Xin chang*
Gan	간	*Kan*
Mật	쓸개	*Xưl kê*
Dạ dày	위	*Uy*

Tên các loại bệnh
병종류

Bệnh tình	병세	Biơng xê
Bệnh	병	Biơng
Bệnh truyền nhiễm	전염병	Chơn iơm biơng
Vi trùng	세균	Xê ciun
Bị cảm	감기	Cam ki
Bị đau đầu	두통	Tu thông
Táo bón	변비	Biơn bi
Tiêu hoá kém	소화불량	Xô hoa bul lang
Tiêu chảy	설사	Xơl xa
Chứng viêm	염증	Iơm chưng
Chóng mặt	현기증	Hiơn ki chưng
Suy sinh dưỡng	영양실조	Iơng iang xil chô
Suy nhược cơ thể	몸이 쇠약하다	Môm i xuê ác ha tả
Ung thư	암	Am
Khối u	혹	Hốc
Ác tính	악성	Ác xơng
Viêm phổi	폐렴	Phiê riơm
Sâu răng	치통	Chi thông
Bệnh tim	심장병	Xim chang biơng
Viêm phế quản	기관지염	Ki kuan chi iơm

Đau thần kinh	신경통	*Xin kiơng thông*
Ung thư dạ dày	위암	*Uy am*
Ung thư gan	간암	*Kan am*
Ung thư phổi	폐암	*Phiê am*
Cao huyết áp	고혈압	*Cô hiơ ráp*
Bệnh uốn ván	파상풍	*Pha xang phung*
Đau bụng	체하다	*Chê ha tà*
Viêm gan	간염	*Kan iơm*
Viên da	피부염	*Phi bu iơm*
Viêm mũi	비염	*Bi iơm*
Bại liệt	마비	*Ma bi*
Viêm khớp	관절염	*Kuan choℓ iơm*
Lao hạch	결핵	*Kioℓ héc*
Bệnh mất ngủ	불면증	*Buℓ miơn chưng*
Bệnh giới tính	성병	*Xơng biơng*
Bệnh giang mai	매독	*Me tốc*
Bệnh tiểu đường	당뇨병	*Tang niô biơng*
Bị phỏng	화상을 입다	*Hoa xang uℓ íp tà*
Bị tai nạn	사고를 당하다	*Xa cô ruℓ tang ha tà*
Bị gãy	부러지다	*Bu rơ chi tà*
Bó bột	깁스	*Kíp xử*
Bị đứt	베이다.	*Bê i tà*
May	꿰매다	*Cuê me tà*

Nhóm máu	혈액형	*Hiơ réc hiơng*
Bệnh máu trắng	백혈병	*Béc hiơl biơng*
Chứng rụng tóc	탈모증	*Thal mô chung*
Bệnh đậu mùa	천연두	*Chơn iơn tu*
Đục thủy tinh thể	백내장	*Béc ne chang*
Bệnh đau cột sống	척추병	*Chóc chu biơng*
Chứng trầm cảm	우울증	*U ul chung*
Viêm Amidan	편도선염	*Phiơn tô xơn iơm*
Ung thư vòng họng	후두암	*Hu tu am*
Ung thư ruột thừa	대장암	*Te chang am*
Viêm giác mạc	각막염	*Các mác iơm*
Loạn thị	난시	*Nan xi*
Cận thị	근시	*Cưn xi*
Viễn thị	원시	*Uơn xi*
Mù màu	색맹	*Xéc meng*
Ngạt mũi	코가 막히다	*Khô ka mác hi tà*
Chảy máu cam	코피가 나오다	*Khô phi ka na ô tà*
Đau mắt	눈이 아프다	*Nun i a phư tà*
Bệnh quáng gà	야맹증	*Da meng chung*
Xuất huyết não	뇌출혈	*Nuê chul hiơl*
Bệnh biếu cổ	갑상선	*Káp xang xơn*
Bệnh đãng trí	치매	*Chi me*
Bệnh mất trí nhớ	건망증	*Kơn mang chung*

Loét dạ dày	위궤양	*Uy cuê iang*
Viêm dạ dày	위염	*Uy iơm*
Bục dạ dày	위가 터지다	*Uy ka thơ chi tà*
Xuất huyết dạ dày	위출혈	*Uy chul hiơl*
Chứng đầy hơi	체하다	*Chê ha tà*
Hồng huyết cầu	적혈구	*Chốc hiơl cu*
Bạch huyết cầu	백혈구	*Béc hiơl cu*
Thiếu máu	빈혈	*Bin hiơl*
Ung thư máu	혈액암	*Hiơ réc am*
Bệnh khó chữa	난치병	*Nan chi biơng*
Bệnh nặng	중병	*Chung biơng*
Bệnh nhẹ	경미한병	*Kiơng mi han biơng*
Bệnh biến chứng	합중병	*Hắp chưng biơng*
Bệnh phong	나병	*Na biơng*
Bệnh cúm gia cầm	조류독감	*Chô riu tốc cam*
Bệnh sida	에이즈	*Ê i chừ*
Bệnh nhớ nhà	향수병	*Hiang xu biơng*
Bệnh tương tư	상사병	*Xang xa biơng*
Nghiện rượu	술중독	*Xul chung tốc*
Nghiện ma tuy	마약중독	*Ma iác chung tốc*
Bệnh chó dại	공수병	*Công xu biơng*
Bệnh đậu mùa	천연두	*Chơn iơn tu*
Bệnh sưởi	홍역	*Hông iớc*

Tiếng Hàn dành cho người...

Bệnh di truyền	유전	*Du chơn*
Bệnh cấp tính	급성	*Cứp xơng*
Bệnh mãn tính	만성	*Man xơng*
Bệnh thương hàn	일사병	*Il xa biơng*
Bệnh sốt rét	말라리아	*Ma la ri a*
Bệnh vẩy sừng	아토피	*A thô phi*
Bệnh dị ứng	알레르기	*Alê rư ki*
Viêm niệu đạo	요도염	*Dô tô iơm*
Bàng quang	방광	*Bang kuang*
Sỏi bang quang	방광결석	*Bang kuang kiơl xốc*
Sỏi mật	담석	*Tam xốc*
Viêm thận	신장염	*Xin chang iơm*
Sỏi thận	신장결석	*Xin chang kiơl xốc*
Gan nhiễm mỡ	지방간	*Chi bang kan*
Xơ cứng gan	간경화	*Kan kiơng hoa*
Sỏi gan	결석	*Kiơl xốc*
Loãng xương	골절	*Kôl chơl*
Ung thư xương	골수암	*Kôl xu am*
Xơ cứng động mạch	동맥 경화	*Tông méc kiơng hoa*
Nhồi máu cơ tim	심장마비	*Xim chang ma bi*
Viêm động mạch	동맥염증	*Tông méc iơm chưng*
Viêm ruột thừa	맹장염	*Meng chang iơm*
Ung thư đại tràng	대장암	*Te chang am*

Ký sinh trùng ruột	장기생충	*Chang ki xeng chung*
Bệnh trĩ	치질	*Chi chil*
Bệnh hôi miệng	구강 악취	*Cu kang ác chuy*

Tên các loại thuốc
약 종류

Thuốc ngủ	수면제	*Xu miơn chê*
Thuốc nước	물약	*Mul iác*
Thuốc viên	알약	*Al iác*
Thuốc con nhộng	캡슐	*Khép xiul*
Thuốc tránh thai	피임약	*Phi im iác*
Thuốc kháng sinh	항생제	*Hang xeng chê*
Vitamin	비타민	*Bi tha min*
Thuốc đau đầu	두통약	*Tu thông giác*
Thuốc cảm	감기약	*Kam ki iác*
Thuốc nhỏ mắt	안약	*An iác*
Thuốc giảm đau	진통제	*Chin thông chê*
Thuốc bổ	보약	*Bô iác*
Thuốc hạ nhiệt	해열제	*He iơl chê*
Thuốc trợ tim	강심제	*Kang xim chê*
Thuốc táo bón	변비약	*Biơn bi iác*

Thuốc tiêu chảy	설사약	*Xơl xa iác*
Thuốc đau dạ dày	위장약	*Uy chang iác*
Thuốc tiêu hoá	소화약	*Xô hoa iác*
Thuốc chống say rượu	술을 깨는약	*Xul ưl œ nưn iác*
Tác dụng phụ	부작용	*Bu chác iông*
Thuốc tẩy giun	구충제	*Cu c'hung chê*
Thuốc chống rụng tóc	탈모 예방약	*Thal mô dê bang iác*
Thuốc tây	신약	*Xin iác*
Thuốc bắc	한약	*Han iác*
Thuốc kháng sinh	항생제	*Hang xeng chê*
Thuốc thông thường	일반약	*Il ban iác*
Thuốc tiêm	주사약	*Chu xa iác*
Thuốc xoa bóp	바르는 약	*Ba rưh iác*
Dầu nóng	맨소레담	*Men xôn lê tam*

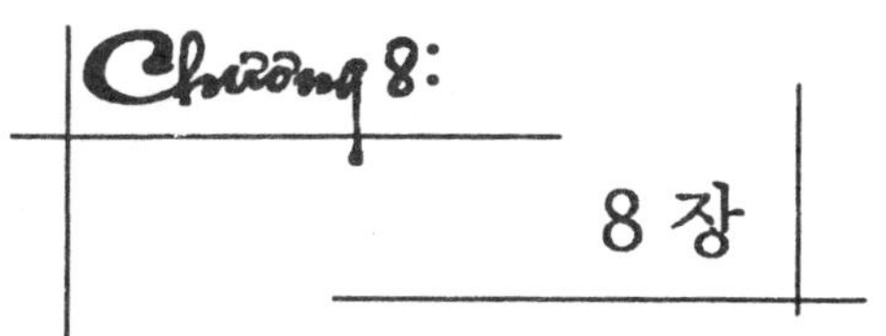

THÔNG TIN – TIỀN TỆ

정보-화폐

1. Ngân hàng
은행

❖ Trụ sở chính của ngân hàng Nông Nghiệp ở đâu nhỉ?
농협 은행의 본점은 어디입니까?
Nông hiớp ưn heng ưi bôn chơ mưn ơ ti im ni cá?

❖ Ở ga Seoul
서울역에 있습니다.
Xơ ul iơ cê ít xưm ni tà

❖ Tôi muốn mở tài khoản thì phải làm thế nào nhỉ?
통장을 만들고 싶은데 어떻게 해야 합니까?
Thông chang ưl man tưl cô xi phưn tê ơ tớt kê he da hăm ni cá?

❖ Xin vui lòng cho xem hộ chiếu
여권을 보여주세요
Dơ kươ nưl bô dơ chu xê dồ

❖ Tôi không mang theo hộ chiếu
여권을 집에 두고 왔습니다.
Dơ kươ nưl chị bê tu cô oát xưm ni tà

❖ Thế có thẻ người nước ngoài không?
외국인 등록증이 있습니까?
Uê cúc in tưng rốc chưng i ít xưm ni cá?

❖ Dạ, đây ạ
여기 있습니다.
Dơ ki ít xưm ni tà

❖ Đây là lần giao dịch đầu tiên à?
처음 거래하십니까?
Chơ ưm kơ re ha xim ni cá?

❖ Vâng đúng thế
예, 맞습니다
Dê, mát xưm ni tà

❖ Làm cho tôi thẻ rút tiền mặt luôn nhé
현금카드도 만들어주세요
Hiơn cưm kha từ tô man tư rơ chu xê dồ

❖ Xin điền đầy đủ vào đây
여기에 작성해주세요
Dơ ki ê chác xơng he chu xê dồ

❖ Xin quý khách vui lòng nhấn 6 số bí mật
비밀번호 여섯 글자를 눌러주세요
Bi mil bơn hô dơ xớt cưl cha rưl nu lơ chu xê dồ

❖ Trong trường hợp mất thẻ rút tiền thì phải thế nào?
현금카드를 잃어버린 경우 어떻게 해야 합니까?
Hiơn cưm kha từ rưl i rơ bơ lin kiơng u ơ tớt kê he
da hăm ni cá?

❖ Nếu tôi làm mất sổ ngân hàng thì sao ạ?
통장을 잃어버리면 어떻게 해야 합니까?
Thông chang ưl i rơ bơ li miơn ơ tớt kê he da hăm ni cá?

241

❖ Phải khai báo ngay lập tức.
바로 신고해야 합니다.
Ba rô xin cô he da hăm ni tà

❖ Hãy bỏ số tiền này vào sổ cho tôi
이 돈을 통장에 넣어주세요
I tô nưl thông chang ê nơ hơ chu xê dồ

❖ Tôi muốn xem trong sổ có bao nhiêu tiền
통장에 돈이 얼마나 있는지 확인해주세요
Thông chang ê tô ni ơl ma na ít nưn chi hoắc in he chu xê dồ

❖ Hãy gửi số tiền này về Việt Nam cho tôi.
이 금액을 베트남으로 보내주세요
I cưm e cưl bê thư nam ư rô bô ne chu xê dồ

❖ Đây là số tài khoản của người nhận
여기 받는 사람의 계좌번호입니다.
Dơ ki bát nưn xa ram ưi kiê choa bơn hố im ni tà

❖ Xin hãy ghi vào bản chuyến tiền
송금 신청서를 작성해주세요
Xông cưm xin chơng xơ rưl chác xơng he chu xê dồ

❖ Xin hãy điền thật đúng vào đây
여기 맞게 작성해 주세요
Dơ ki mát kê chác xơng he chu xê dồ

❖ Xin hãy ký tên vào chỗ này
이곳에 서명 해주세요
I cô xê xơ miơng he chu xê dồ

❖ Nếu sai thì sẽ không đến được tay người nhận đâu
맞지 않게 작성하면 돈을 못 받습니다.
Mát chi an kê chác xơng ha miơn tô nưl mốt bát
xưm ni tà

❖ Hãy điền bằng tiếng Anh, viết hoa không dấu nhé
영어로 작성해주세요. 성조가 없이 대문자로
써주세요
Iơng ơ rô chác xơng he chu xê dồ. Xơng chô ka ợp
xi te mun cha rô xơ chu xê dồ

❖ Quý khách sẽ vẫn phải chi trả tiền hoa hồng
수수료를 내야 합니다.
Xu xu riô rưl ne da hăm ni tà

❖ Lệ phí chuyển tiền là bao nhiêu?
송금수수료가 얼마입니까?
Xông cưm xu xu riô ka ơl ma im ni cá?

❖ Lệ phí chuyển tiền là 30 ngàn
송금 수수료는 3 만원 입니다.
Xông cưm xu xu riô nưn xam man uôn im ni tà

❖ Qúy khách muốn gửi qua ngân hàng nào
어느 은행으로 송금하시겠습니까?
Ơ nư ưn heng ư rô xông cưm ha xi kết xưm ni cá?

❖ Hãy gửi qua ngân hàng đệ nhất cho tôi
제일은행 송금해주세요
Chê il ưn heng xông cưm he chu xê dồ

❖ Mấy ngày sau thì ở Việt Nam có thể nhận được tiền?
며칠 후에 베트남에서 돈을 받을 수 있습니까?
Mơ chil hu ê bê thư nam ê xơ tô nưl ba tưl xu ít xưm ni cá?

❖ Khoảng 3 ngày
3일 정도 걸립니다.
Xam il chơng tơ kơ lim ni tà

❖ Xin vui lòng cho tôi xin hóa đơn gửi tiền
송금영수증을 주세요
Xông cưm iơng xu chưng ưl chu xê dồ

❖ Ở Việt Nam vẫn chưa nhận được tiền, xin vui lòng kiểm tra lại cho tôi
베트남에서 돈을 아직 못 받았습니다, 다시 검토해주세요.
Bê thư nam ê xơ tô nưl a chic mốt ba tát xưm ni tà, ta xi kơm thô he chu xê dồ

❖ Địa chỉ của người nhận bị sai
받는 사람의 주소가 잘못 작성됐습니다.
Bát nưn xa ram ưi chu xô ka chal mốt chác xơng tuét xưm ni tà

❖ Tôi muốn rút lại số tiền đấy
그 돈을 찾고 싶습니다.
Cư tô nưl chát cô xíp xưm ni tà

❖ Tôi muối gửi tiền tiết kiệm
예금을 하고 싶습니다
Dê cư mưl ha cô xíp xưm ni tà

❖ Gửi bình thường hay gửi định kỳ ạ?
보통 예금입니까 아니면 정기 예금입니까?
Bô thông dê cưm im ni cá a ni mơn chơng ki dê cưm im ni cá?

❖ Gửi định kỳ ạ.
정기 예금입니다.
Chơng ki dê cưm im ni tà

❖ Tôi muốn rút tiền
예금을 찾고 싶습니다.
Dê cư mưl chát cô xíp xưm ni tà

❖ Nếu muốn rút tiền thì xin vui lòng ghi số tiền sẽ rút vào đây
예금을 찾고 싶으면 여기에 금액을 적어주십시오
Dê cư mưl chát cô xi phư mơn dơ ki ê cưm e cưl chơ cơ chu xíp xi ô

❖ Có thể đổi mười ngàn này sang tiền lẻ cho tôi không?
만원을 잔돈으로 바꿔 주시겠습니까?
Man ươ mưl chan tôn ư rô ba kươ chu xi kết xưm ni cá?

❖ Tôi muốn đổi tờ ngân phiếu này ra tiền mặt
이 수표를 현금으로 바꾸고 싶습니다.
I xu phiô rưl hiơn cưm ư rô ba ku cô xíp xưm ni tà

❖ Xin vui lòng cho xem chứng minh nhân dân được chứ?
신분증 좀 보여주시겠습니까?
Xin bun chưng chôm bô dơ chu xi kết xưm ni cá?

❖ Xin vui lòng ghi vào tờ giấy này cho
이 용지에 작성해주세요
I iông chi ê chác xơng he chu xê dồ

❖ Hãy ký tên vào đây
여기에 서명해주십시오
Dơ ki ê xơ miơng he chu xíp xi ô

❖ Tỉ giá ngày hôm nay là bao nhiêu?
오늘 환율은 어떻습니까?
Ô nưl hoan du rưn ơ tớt xưm ni cá?

❖ Ngày hôm tay tỉ giá một đô la là 9 trăm 50 won.
오늘의 환율은 1$에 구백 오십 원입니다.
Ô nưl ưi hoan du rưn il ta lơ ê cu béc ô xíp ươn im ni tà

❖ Hãy đổi cho tôi 2 nghìn đô la
2, 000 불을 환전해 주십시오
I chơn bu rưl hoan chơn he chu xíp xi ô

❖ Đây là hai triệu tiền Hàn ạ
여기 이백만원 입니다.
Dơ ki i béc man ươn im ni tà

2. Ở bưu điện
우체국에서

❖ Gần đây có bưu điện không?
이 근처에 우체국이 있습니까?
I cưn chơ ê u chê cu ci ít xưm ni cá?

❖ Bưu điện có ở đâu thế?

우체국이 어디에 있습니까?

U chê cu ci ơ ti ê ít xưm ni cá?

❖ Bưu điện mở cửa từ mấy giờ tới mấy giờ?

우체국은 몇 시부터 몇 시까지 합니까?

U chê cu cưn miớt xi bu thơ miớt xi ca chi hăm ni cá?

❖ Bưu điện gần nhất có ở đâu thế?

가장 가까운 우체국은 어디 있습니까?

Ka chang ka ca ưn u chê cu cưn ơ ti ít xưm ni cá?

❖ Tôi muốn gửi Fax lên Seoul

서울로 펙스를 보내고 싶습니다.

Sơ u lô phéc xư rưl bô ne cô xíp xưm ni tà

❖ Tôi muốn gửi bức thư này bằng đường hàng không

이 편지를 항공 우편으로 부치고 싶습니다.

*I phiơn chi rưl hang công u phiơ nư rô bu chi cô
xíp xưm ni tà*

❖ Thùng đựng thư ở đâu thế?

우체통은 어디에 있습니까?

U chê thông ưn ơ ti ê ít xưm ni cá?

❖ Tôi muốn gửi thư thì phải làm thế nào?

편지를 보내고 싶으면 어떻게 합니까?

Phiơn chi rưl bô ne cô xí phư miơn ơ tớt kê h ưa ni cá?

❖ Hãy dán tem lên trên phong thư và bên dưới thì ghi địa
  chỉ người nhận
  봉투 위에 우표를 붙이고 그 밑에 받는 사람의
  주소를 써야합니다.
  *Bông thu uy ê u phiô rưl bu thi cô cư mít thê ba tưn
  xa ram ưi chu xô rưl xơ da hăm ni tà*

❖ Phải dán loại tem mệnh giá bao nhiêu?
  얼마짜리 우표를 붙여야 합니까?
  Ơl ma cha ri u phiô rưl bu thơ da hăm ni cá?

❖ Tôi muốn gửi cái bưu phẩm này
  이 소포를 부치고 싶은데요
  I xô phô rưl bu chi cô xi phưm tê dô

❖ Gửi đi đâu thế?
  어디로 보낼 거죠?
  Ơ ti rô bô nel kơ chiô?

❖ Gửi đi Việt Nam
  베트남으로 보냅니다.
  Bê thư nam ư rô bô nem ni tà

❖ Đây là hàng gì?
  무슨 물건입니까?
  Mu xưn mul cơn im ni cá?

❖ Áo cùng với một số đồ kỷ niệm
  옷과 기념품들입니다.
  Ốt cua ki niơm phum tư rim ni tà

❖ Có thể mở ra được không?
열어봐 주시겠어요?
Dơ rơ boa chu xi kết xưm ni cá?

❖ Hãy đặt lên bàn cân cho
소포를 저울 위에 올려 놓으세요.
Xô phô rưl chơ ul uy ê ô liơ nô hư xê dỗ

❖ Sẽ gửi bằng đường hàng không
항공편으로 부치겠습니다.
Hang công phiơ nư rô bu chi kết xưm ni tà

❖ Sẽ gửi bằng đường biển à?
선박편으로 부치겠습니까?
Xơn bác phiơ nư rô bu chi kết xưm ni cá?

❖ Mất khoảng bao lâu?
얼마나 걸립니까?
Ơl ma na kơ lim ni cá?

❖ Thường thì mất một tuần
보통 일주일 정도 걸립니다.
Bô thông il chu il chơng tô kơ lim ni tà

❖ Hãy cho hai con tem và một phong bì
우표 두 장과 우편엽서 한장 주세요
U phiô tu chang cua u phiơn iốp xơ hăn chang chu xê dỗ

❖ Hãy gửi bằng đường chuyển phát nhanh cho.
빠른 우편으로 보내주세요
Ba rưn u phiơ nư rô bô ne chu xê dỗ

❖ Hãy gửi bảo đảm cho
등기로 보내주세요
Tưng ki rô bô ne chu xê dồ

❖ Tiền cước phí bao nhiêu ạ?
우편요금은 얼마입니까?
U phiơn dô cưm ưn ơl ma im ni cá?

❖ Phải cân trọng lượng
무게를 재봐야 합니다.
Mu kê rưl che boa da hăm ni tà

❖ Hãy ghi vào đây cho
이 표를 작성해주세요
I phiô rưl chác xơng he chu xê dồ

3. Đổi tiền
환전하기

❖ Nơi đổi tiền ở đâu ạ?
환전하는 곳이 어디입니까?
Hoan chơn ha nưn cô xi ơ ti im ni cá?

❖ Tôi muốn đổi ra tiền Hàn
한화로 환전하고 싶습니다.
Han hoa rô hoan chơn ha cô xíp xưm ni tà

❖ Hãy đổi sang tiền đô la cho tôi
달러로 환전해주십시오
Ta lơ rô hoan chơn he chu xíp xi ô

❖ Ông (Bà) đổi bao nhiêu ạ?
얼마나 바꾸시겠습니까?
Ởl ma na ba cu xi kết xưm ni cá?

❖ Đổi cho tôi 500 đô
500 달러 바꿔주십시오
Ô béc ta lơ ba kươ chu xíp xi ô

❖ Vui lòng cho xem hộ chiếu
여권을 보여주세요.
Dơ kươ nưl bô dơ chu xê dồ

❖ Hãy ghi vào phiếu đổi tiền này
이 환전 표를 작성해주세요
I hoan chơn phiô rưl chác xơng he chu xê dồ

❖ Ghi như thế này là được chứ ạ?
이렇게 쓰면 되나요?
I rớt kê xư mơn tuê na dô?

❖ Hãy ký vào đây và vui lòng chờ cho một chút
여기에 사인하시고 잠시만 기다리세요
Dơ ki ê xa in ha xi cô cham xi man ki ta ri xê dồ

❖ Tỷ giá ngày hôm nay thế nào?
오늘 환율이 얼마인가요?
Ô nưl hoan du ri ơl ma in cả dô?

Tiếng Hàn dành cho người...

* Hãy đổi cho tôi loại tiền 10 ngàn won
  만원짜리로 바꿔주세요
  Man ươn cha ri rô ba kua chu xê dồ

* Hãy đổi cho tôi loại tiền 1 ngàn won
  천원짜리로 바꿔주세요
  Chơn ươn cha ri rô ba kươ chu xê dồ

* Hãy đổi cho tôi loại 500 won.
  오백 원 짜리로 바꿔주세요
  Ô béc ươn cha ri rô ba cươ chu xê dồ

* Bà ơi. Có đổi tiền không?
  아주머님, 환전하시겠습니까?
  A chu mơ nim, hoan chơn ha xi kết xưm ni cá?

* Tôi muốn mua một ít đô la, tỉ giá ngày hôm nay
  bao nhiêu thế?
  저는 달러를 사고 싶은데 오늘 환율이 얼마입니까?
  Chơ nưn ta lơ rưl xa cô xí phưn tê ô nưl hoan du ri
  ơl ma im ni cá?

* Tỉ giá ngày hôm nay một đô là 950 won
  오늘 환율은 1 달러에 950 원입니다.
  Ô nưl hoan du rưn il ta lơ ê cu béc ô xíp ươn im ni tà

* So với trước đây giá tăng lên nhiều qúa
  전보다 환율이 많이 올랐습니다.
  Chơn bô ta hoan du ri ma ni ô lát xưm ni tà

❖ Sao mà đắt thế? Hãy giảm giá cho
왜 그렇게 비싸요? 깎아 주세요
Oe cừ rớt kê bi xa dố? Ca ca chu xê dồ

❖ Anh sẽ mua bao nhiêu?
얼마나 사겠습니까?
Ol ma na xa kết xưm ni cá?

❖ Tôi sẽ mua 1 ngàn đô
천 달러를 사겠습니다
Chơn ta lơ rưl xa kết xưm ni tà

❖ Thế thì tôi sẽ giảm cho một đô là 945won được chưa?
그럼, 1 달러에 945 로 해주시면 안될까요?.
Cư rơm, il ta lơ ê cu béc xa xíp ô rô he chu xi miơn
an tuêl cả dô?

❖ Tiền đưa cho tôi không phải là tiền giả đấy chứ?
이 달러는 위조지폐는 아니죠?
I ta lơ nưn uy chô chi phiê nưn a ni chiô?

❖ Đương nhiên rồi. Tôi làm đổi tiền ở đây hơn 10 năm rồi
물론이죠. 나는 여기에서 10 년 이상
환전했습니다.
Mu lôn i chiô. Na nưn dơ ki ê xơ xíp niơn i xang
hoan chơn hét xưm ni tà

❖ Đừng có lừa tôi
속이지 마세요.
Xô ki chi ma xê dồ

❖ Hãy cho tôi tiền mới ấy
새 것을 주세요
Xe kơ xưl chu xê đồ

❖ Hãy đổi cho tôi tờ này
이 지폐는 다른 것으로 바꿔주세요
I chi phiê nưn ta rưn kơ xư rô ba kua chu xê đồ

❖ Hãy đếm lại xem có đúng không đi
맞는지 안 맞는지 다시 한번 세주세요.
Mát nưn chi an mát nưn chi ta xi hăn bơn xê chu xê đồ

❖ Đúng rồi ạ. Cảm ơn bà
맞습니다. 감사합니다.
Mát xưm ni tà. Cam xa hăm ni tà

4. Phần từ mới liên quan
관련단어

Ngân hàng nông nghiệp 농협 은행		*Nông hióp ưn heng*
Trụ sở chính	본점	*Bôn chơm*
Sổ ngân hàng	통장	*Thông chang*
Bỏ vào sổ ngân hang	통장에 넣다	*Thông chang ê nớt tà*
Hộ chiếu	여권	*Dơ kươn*
Thẻ người nước ngoài	외국인 등록증	*Uê cúc in tưng rốc chưng*

Giao dịch	거래하다	*Kơ re ha tà*
Số bí mật	비밀번호	*Bi mil bơn hô*
Xác nhận	확인하다	*Hoắc in ha tà*
Gửi	보내다	*Bô ne tà*
Ghi chép	작성하다	*Chác xơng ha tà*
Tờ xin phép	신청서	*Xin chơng xơ*
Phí hoa hồng	수수료	*Xu xu riô*
Hoá đơn chuyển tiền	송금영수증	*Xông cưm iơng xu chưng*
Kiểm thảo	검토하다	*Kơm thô ha tà*
Gửi tiết kiệm bình thường	보통 예금	*Bô thông dê cưm*
Gửi tiết kiệm định kỳ	정기 예금	*Chơng ki dê cưm*
Tiền lẻ	잔돈	*Chan tôn*
Tờ giấy	용지	*Iông chi*
Ký tên	서명	*Xơ miơng*
Tiền Hàn	한화	*Han hoa*
Gửi tiền vào ngân hàng	은행에 맡기다	*Ưn heng ê mát ki tà*
Thông qua ngân hàng	은행 롱하여	*Ưn heng thông ha dơ*
Địa chỉ ngân hàng	은행주소	*Ưn heng chu xô*
Tiền mặt	현금	*Hiơn cưm*
Đổi ra tiền mặt	현금으로 바꾸다	*Hiơn cưm ư rô ba cu tà*
Đô la	달러	*Tal lơ*
Tiền	돈	*Tôn*
Nạp tiền vào	입금하다	*Íp cưm ha tà*

Ngoại hối	외환	*Uê hoan*
Thẻ rút tiền	현금카드	*Hiơn cưm kha thừ*
Tiền xu	동전	*Tông chơn*
Tiền giấy	지폐	*Chi phiê*
Ngân phiếu	수표	*Xu phiô*
Đổi tiền	환전하다	*Hoan chơn ha tà*
Tỉ giá hối đoái	환율	*Hoan iul*
Lãi suất	이자	*I cha*
Gửi tiền	송금	*Xông cưm*
Rút tiền	돈을 찾다	*Tôn ưl chát tà*
Sổ tiết kiệm	적금통장	*Chốc cưm thông chang*
Tiền tiết kiệm	적금하다	*Chốc cưm ha tà*
Người gửi tiền	송금인	*Xông cưm ha tà*
Người nhận tiền	수취인	*Xu chuy in*
Địa chỉ người nhận tiền	수취인 주소	*Xu chuy in chu xô*
Số tài khoản	계좌번호	*Kiê choa bơn hô*
Mở tài khoản	계좌를 개설하다	*Kiê chua rưl ke xơl ha tà*
Phí gửi tiền	송금수수료	*Xông cưm xu xu riô*
Gần	가깝다	*Ka cáp tà*
Fax	팩스	*Phéc xừ*
Thùng thư	우체통	*U chê thông*
Hàng kỷ niệm	기념품	*Ki niơm phum*
Gửi, Chuyển	부치다	*Bu chi tà*
Gửi	보내다	*Bô ne tà*
Cái cân	저울	*Chơ ul*
Đồ bên trong	내용물	*Ne iông mul*

Đặt lên	올려 놓다	*Ôl lơ nốt tà*
Bình thường	보통	*Bô thông*
Bưu thiếp	엽서	*Iớp xơ*
Gửi bảo đảm	등기	*Tưng ki*
Bưu phẩm	소포	*Xô phô*
Tem gửi nhanh	특급우표	*Thức cứp u phiô*
Hòm, hộp	상자	*Xang cha*
Thiệp chúc mừng	연하장	*Iơn ha chang*
Thư	편지	*Phiơn chi*
Tem thư	우표	*U phiô*
Chuyển nhanh	속달	*Xốc tal*
Chuyển, giao	배달	*Be lal*
Viết thư	편지를 쓰다	*Phiơn chi rưl xư tà*
Nhận thư	편지를 받다	*Phiơn chi rưl bát tà*
Phong bì	봉투	*Bông thu*
Gửi nhanh	빠른 등기	*Ba rưn tưng ki*
Gửi bình thường	보통등기	*Bô thông tư ki*
Người nhận	수신자	*Xu xin cha*
Người gửi	발신자	*Bal xin cha*
Đóng gói	포장	*Phô chang*
Thùng thư	편지 통	*Phiơn chi thông*
Giấy viết thư	편지지	*Phiơn chi chi*

5. BẢN KHAI GỬI TIỀN QUA NGÂN HÀNG
송금신청서

Họ và tên người gửi 송금자 성명	
Số hộ chiếu / số đăng ký cư trú của người gửi 송금자 여권번호/동록번호	
Họ và tên người nhận tiền 수취인 성명	
Địa chỉ, số điện thoại người nhận tiền 수취인주소, 전화번호	

Số chứng minh nhân dân của người nhận tiền 수취인 ID 번호	
Tên, địa chỉ, số điện thoại ngân hàng mà người gửi giao dịch 취급인 거래 은행 주소 몇 전화번호	
Số tài khoản của người nhận 수취인 계좌번호	
Tên chi nhánh 지점 명	
Tên ngân hàng gửi tiền 송금은행	
Tổng số tiền gửi 총액	

Chương 9:

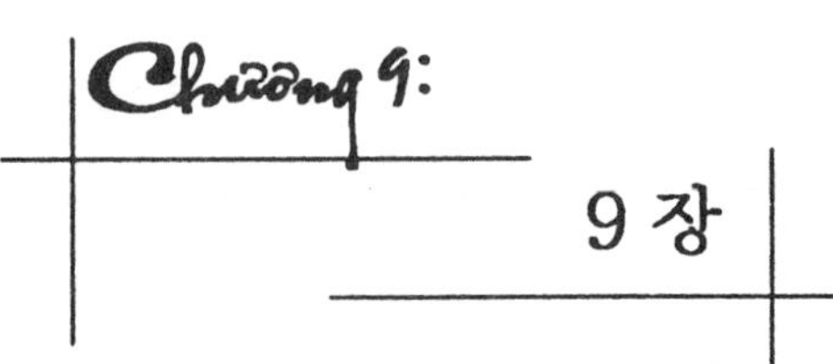

CÔNG VIỆC
작업

1. Mới về nhà máy
신입사원

❖ Xin chào anh.Tôi mới về nhà máy này hôm qua
안녕하세요. 저는 어제 회사에 왔습니다.
An niong ha xê dô. Chơ nưn ơ chê huê xa ê oát xưm ni tà

❖ Người nước nào thế?
어느 나라 사람입니까?
Ơ nư na ra xa ram im ni cá?

❖ Tôi là người Việt Nam. Sau này mong anh hãy giúp đỡ cho tôi
저는 베트남 사람입니다. 앞으로 많이 도와주세요
Chơ nưn bê thư nam xa ram im ni tà. A phư rô ma ni tô oa chu xê dồ

❖ Sau này có gì không hiểu thì bất cứ lúc nào cũng được hãy
nói với tôi.
앞으로 모르는 것이 있으면 언제든지 말해
주세요
A phư rô mô rư nưn cơ xi ít xư miơn ơn chê tưn chi mal he chu xê dồ

❖ Anh làm việc ở Công ty này được bao lâu rồi?
이 회사에 얼마나 근무하셨습니까?
I huê xa ê ơl ma na cưn mu ha xiớt xưm ni cá?

❖ Tôi làm việc cũng được 4 năm rồi
 4 년 됐습니다.
 Xa niơn tuét xưm ni tà

❖ Tôi sẽ được giao làm việc gì?
 제가 맡은 일은 어떤 일인가요?
 Chê ka ma thưn i rưn ơ tơn i rin cả dô?

❖ Tôi cũng không biết nữa. Cái đó tùy theo chỉ thị của trưởng phòng
 저도 모릅니다. 그것은 과장님의 지시에 따라야
 합니다.
 *Chơ tô mô rưm ni tà. Cư cơ xưn qua chang nim ưi
  chi xi ê ta ra da hăm ni tà*

❖ Công ty chúng ta làm 2 ca à?
 우리회사는 2 교대 근무합니까?
 U ri huê xa num i kiô te cừn mu hăm ni cá?

❖ Không, công ty chúng ta không có làm đêm
 아니오. 우리 회사는 야간에 근무하지 않습니다.
 *A ni ồ. U ri huê xa num da ca nê cừn mu ha chi an
  xưm ni tà*

❖ Nhà máy chúng ta có nhiều việc làm thêm không?
 우리회사는 잔업시간이 많습니까?
 U ri huê xa num chan ớp xi ca ni man xưm ni cá?

❖ Nhà máy chúng ta rất là nhiều việc làm thêm.
 우리회사는 잔업시간이 아주 많습니다.
 U ri huê xa num chan ớp xi ca ni a chu man xưm ni tà

❖ Bao giờ thì tôi có thể bắt đầu công việc?
저는 언제 일을 시작할 수 있습니까?
Chơ nưn ơn chê i rưl xi chác hal xu ít xưm ni cá?

❖ Chiều hôm nay bắt đầu nhé?
오늘 오후에 시작해도 되나요?
Ô nưl ô hu ê xi chác he tô tuê na dố?

❖ Hôm nay tôi hơi mệt.Ngày mai chúng ta sẽ bắt đầu nhé
오늘 저는 좀 피곤합니다. 내일 일을 시작하겠습니다.
Ô nưl chơ nưn chôm phi côn hăm ni tà. Ne il i rưl xi chác ha kết xưm ni tà.

2. Họp trước khi bắt đầu công việc
일을 시작하기 전 회의

❖ Hoan nghênh các bạn đã đến nhà máy chúng tôi
여러분이 우리 회사에 오신 것을 환영합니다.
Dơ rơ bu ni u ri huê xa ê ô xin cơ xưl hoan iơng hăm ni tà

❖ Hôm nay chúng ta sẽ bắt đầu làm việc
오늘은 우리가 일을 시작하겠습니다.
Ô nư rưn u ri ka i rưl xi chác ha kết xưm ni tà

❖ Tôi sẽ làm việc với ai?
저는 누구와 같이 근무합니까?
Chơ nưn nu ku oa cát chi cừm mu hăm ni cá?

❖ Anh sẽ làm việc cùng một tổ với ông Kim 00
당신은 김〇〇와 같이 한 조로 근무를 할겁니다.
Tang xi nưn kim 00 oa cát chi han chô rô cừm mu rưl hal kơm ni tà

❖ Buổi sáng thức dậy mấy giờ?
아침 기상 시간은 몇 시입니까?
A chim ki sang ki can ưn miớt xi im ni cá?

❖ Thời gian thức dậy buổi sáng là 7 giờ 30 phút
아침 기상시간은 7 시 30 분입니다.
A chim ki sang xi can ưn i cốp xi xam xíp bun im ni tà

❖ Thời gian ăn sáng là mấy giờ?
아침 식사시간은 몇 시입니까?
A chim xíc xa xi can ưn miớt xi im ni cá?

❖ Thời gian ăn sáng là từ 8 giờ đến 8giờ 40 phút
아침 식사시간이 8 시부터 8 시 40 분까지 입니다.
A chim xíc xa xi can i dơl tơl xi bu thơ dơl tơl xi xa xíp bun ca chi im ni tà

❖ Công việc sẽ bắt đầu từ lúc mấy giờ?
몇 시부터 일을 시작합니까?
Miớt xi bu thơ i rưl xi chác hăm ni cá?

❖ Sau khi ăn sáng xong thì xuống hiện trường và công việc
sẽ bắt đầu lúc 9 giờ
아침 식사 끝난 후에 현장에 내려가고 9 시부터
일을 시작합니다.
A chim xíc xa cứt nan hu ê hiơn chang ê ne riơ ca cô a hốp xi bu thơ i rưl xi chác hăm ni tà

❖ Thời gian ăn trưa bắt đầu từ lúc mấy giờ?
점심 시간은 몇 시부터 입니까?
Chơm xim xi can ưn miớt xi bu thơ im ni cá?

❖ Thời gian ăn trưa sẽ bắt đầu từ 1 giờ cho đến 1 giờ 40 phút
점심 시간은 1 시부터 1 시 40 분까지 입니다.
Chơm xim xi ca nưn hăn xi bu thơ hăn xi xa xíp
bun ca chi im ni tà

❖ Thời gian ăn tối bắt đầu từ 6 giờ tới 6 giờ 40 phút
저녁 식사시간은 6 시부터 6 시 40 분까지 입니다.
Chơ nước xíc xa xi can ưn dơ xớt xi bu thơ dơ xớt xi
xa xíp bun ca chi im ni tà

❖ Sau đó tùy theo công việc mà giao việc làm thêm
그 이후에는 일에 따라 잔업을 시키겠습니다.
Cư i hu ê mưn i rê ta ra chan ớp ưl xi khi kết xưm ni tà

❖ Trong qúa trình làm việc nếu không biết thì phải hỏi ai?
근무 중 모르는 것이 있으면 누구에게 물어봐야
합니까?
Cưn mu chung mô rư nưn cơ xi ít xư miơn nu cu ê
kê mu rơ boa da hăm ni cá?

❖ Trong qúa trình làm việc nếu có gì không hiểu hãy
hỏi tổ trưởng
근무 중 모르는 것이 있으면 반장님에게 물어 보세요
Cưn mu chung mô rư nưn cơ xi ít xư miơn ban
chang nim ê kê mu rơ bô xê dồ

❖ Trong 3 tháng thời gian thực tập thì tiền lương căn bản sẽ
   được tính 90%.
   3 개월 실습기간은 기본 급여의 90%를 지급합니다.
   Xam ke uôl xil xứp ki can ưn ki bôn cứp dơ ưi cu
   xíp bơ xen thừ rưl chi cứp hăm ni tà

3. Tại hiện trường làm việc
작업현장

❖ Hãy làm theo tôi nhé
   저를 따라 하세요
   Chơ rưl ta ra ha xê dồ

❖ Hãy làm như tôi chỉ dẫn
   시키는 대로 하세요
   Xi khi nưm te rô ha xê dồ

❖ Hãy nói lại cho một lần nữa.
   한 번만 더 말씀해 주십시요
   Hăn bơn man tơ mal xưm he chu xíp xi ô.

❖ Tôi không hiểu. Hãy nói chầm chậm cho
   저는 이해하지 못했습니다. 천천히 말씀해 주십시요
   Chơ nưm i he ha chi mốt hét xưm ni tà. Chơn chơn
   hi mal xưm he chu xíp xi ô.

❖ Tôi hãy còn chưa biết, hãy chỉ lại cho tôi
  아직 모르겠습니다. 다시 설명해 주십시요
  A chíc mô rư kết xưm ni tà. Ta xi xơl miơng he chu xê dồ

❖ Hãy làm lại từ đầu cho
  처음부터 다시 해주세요
  Chờ ưm bu thơ ta xi he chu xê dồ

❖ Để tôi làm thử một lần nhé?
  제가 한번 해볼까요?
  Chê ka hăn bơn he bôl cả dô?

❖ Làm như thế này được không?
  이렇게 하면 되나요?
  I rớt kê ha miơn tuê na dô?

❖ Vận hành máy này như thế nào hãy chỉ cho tôi
  이 기계의 가동 방법을 가르쳐 주세요
  I ki kê ưi ka tông bang bơpul ka rư chiơ chu xê dồ

❖ Từ bây giờ tôi có thể làm một mình được rồi
  이제부터 저는 혼자 할 수 있습니다.
  I chê bu thơ chơ nưn hôn cha hal xu ít xưm ni tà

❖ Có đủ tự tin làm việc một mình không?
  혼자 일을 할 자신이 있습니까?
  Hôn cha i rưl hal cha xi ni ít xựm ni cá?

❖ Đừng có lo. Tôi có thể làm được mà
  걱정하지 마세요. 저는 할 수 있습니다.
  Cợc chơng ha chi ma xê dồ. Chơ nưn hal xu ít xưm ni tà.

❖ Khi đang làm việc nếu có vấn đề gì phát sinh thì hãy gọi tôi
혼자 하다가 무슨 일이 생기면 저를 불러주세요
Hôn cha ha ta ca mu xưn i ri xeng ki miơn chơ rưl
bu lơ chu xê dồ

❖ Vâng, tôi biết rồi
예, 알겠습니다.
Dê, al kết xưm ni tà.

4. Những câu yêu cầu thông thường trong công việc
작업할 때 보통 요청들

❖ Tôi mới đến không biết nên hãy từ từ chỉ cho tôi
제가 들어온지 얼마 되지 않아서 잘 모르니까
천천히 가르쳐주세요
Chê ka tư rơ ôn chi ơl ma tuê chi a na xơ chal mô
rư ni ca chơn chơn hi ka rư chiơ chu xê dồ

❖ Bây giờ thì tôi chưa thể làm được nhưng mà dần dần tôi
sẽ quen với công việc thôi
지금은 익숙하지 않지만 금방 일에 익숙해질 거예요
Chi cư mưn íc xúc ha chi an chi man cưm bang i rê
ic xúc he chil kơ dề dồ

❖ Thời gian càng trôi đi thì tôi sẽ càng làm việc tốt hơn
시간이 지나면 지날수록 일을 더 잘 할수 있을 겁니다.
*Xi ca ni chi na miơn chi nal xu rốc i rưl tơ chal hal
xu ít xưl kơm ni tà*

❖ Nếu tôi có gì sai thì hãy nói bằng lời nói cho
제가 잘 못한 것이 있으면 말로써 타일러 주세요.
*Chê ca chal mốt han cơ xi ít xư miơn ma lô xơ tha i
lơ chu xê dồ.*

❖ Nặng qúa. Khiêng phụ tôi với
너무 무겁습니다. 같이 들어주세요
Nơ mu mu cớp xưm ni tù. Cát chi tư rơ chu xê dồ

❖ Việc này là qúa sức đối với tôi, hãy giao cho tôi việc khác
이 일은 저한테 너무 힘드니까 다른 일을 시켜주세요
*I i rưn chơ hăn thê nơ mu him tư ni ca ta rưn i rưl
xi khiơ chu xê dồ*

❖ Tôi không thể làm việc đó một mình được vì thế hãy cho
một người nữa cùng làm với tôi
저는 혼자서 그 일을 하지 못하니까 한 사람 더
같이 하게 보내주세요.
*Chơ nưn hôn cha xơ cư i rưl ha chi mốt ha ni ca hăn
xa ram tơ cát chi ha ké bô ne chu xê dồ*

❖ Tôi bị dị ứng khi làm việc vì thế nếu làm việc ở nhà máy
này rất là khó, hãy cho tôi chuyển đi nhà máy khác
저는 알레르기가 있어서 이 업체에서 일하기
힘듭니다 다른 업체로 옮겨주세요.
*Chơ nưn a lê rư ki ca ít xơ xơ i ớp chê ê xơ il ha ki
him tưm ni tà. Ta rưn ớp chê rô ôm kiơ chu xê dồ.*

❖ Nơi tôi làm không có giờ làm thêm, hãy chuyển cho tôi đi bộ phận khác

제가 근무하는 부서는 잔업시간이 없으니까 다른 부서로 옮겨주세요

Chê ka cừm mu ha nưn bu xơ nưn chan óp xi ca ni ợp xư ni cá ta rưn bu xơ rô ôm kiơ chu xê dồ

❖ Dạo này sức khỏe của tôi không được tốt lắm vì thế hãy giảm giờ làm cho tôi

저는 요즘 건강이 별로 좋지 않습니다. 잔업 시간을 좀 줄여주세요.

Chơ nưn dô chưm kơn kang i biơ lô chốt chi an xưm ni tà. Chan óp xi ca nưl chôm chu riơ chu xê dồ

❖ Sức khỏe tôi yếu qúa, hãy cho tôi làm ca ngày thôi

제 건강이 좋지 않으니 주간 근무만 시켜주세요

Chê kơn kang i chốt chi a nư ni chu can cừm mu man xi khiơ chu xê dồ

❖ Hãy trông máy cho tôi tý. Tôi đi vệ sinh một chút là vào ngay.

기계를 좀 봐 주세요. 화장실에 잠깐 갔다 올게요

Ki kiê rưl chôm boa chu xê dồ. Hoa chang xi rê cham can cát ta ôl kê dồ

❖ Ngày mai có việc cá nhân nên xin nghỉ một ngày

내일 저는 개인적인 일이 생겨서 하루 휴가를 신청합니다.

Ne il chơ nưn ke in chơ cin i ri xeng kiơ xơ ha ru hiu ka rưl xin chơng hăm ni tà.

❖ Hôm nay tôi rất mệt vì thế tôi muốn nghỉ một ngày
오늘 저는 너무 피곤해서 하루 쉬고 싶습니다
*Ô nưl chơ nưn nơ mu phi côn he xơ ha ru xuy cô
xíp xưm ni tà.*

5. Ngày phát lương
월급날

❖ Tháng này lương tôi được bao nhiêu?
이번 달 제 월급은 얼마입니까?
I bơn tal chê ươl cư pưn ơl ma im ni cá?

❖ Một triệu hai trăn ngàn won, thế nhưng số thực lĩnh chỉ
một triệu.
백이십만 원이지만 실수령액은 백만 원입니다.
*Béc i xíp man uôn i chi man xil xu riơng e cưm béc
man uôn im ni tà*

❖ Tôi làm thêm rất là nhiều mà sao nhận được chỉ có từng đó
저는 잔업을 많이 했는데 월급이 맞지 않은 것
같아요
*Chơ nưn cha nơ pưl ma ni hét nưn tê uôl cư pi mát
chi a nưn cớt cát xưm ni tà*

❖ Xin hãy giải thích nội dung số tiền bị trừ
공제금액의 내역을 알려 주십시오.
Công chê cưm éc ưi ne iơ cưl a liơ chu xíp xi ô.

❖ Công ty chúng ta áp dụng chế độ lương khoán
우리회사는 월급제를 적용합니다.
U ri huê xa nưn uôl cứp chê rưl chóc iông hăm ni tà

❖ Nếu áp dụng như thế là không được. Hãy tính lương theo đúng hợp đồng
그렇게 적용하면 안 됩니다. 계약에 따라
월급을 계산해주세요
Cư rớt kê chóc iông ha mиơn an tuêm ni tà. Kiê iác ê ta ra uôl cư pưl kiê xan he chu xê dồ

❖ Mong công ty hãy tuân thủ đúng hợp đồng đã ký kết
계약을 잘 준수해주시기를 바랍니다
Kiê ia cưl chal chun xu he chu xi ki rưl ba răm ni tà

❖ Hãy tính lương theo thời gian làm việc cho tôi
제 근무 시간에 따라 시간급으로 계산해 주십시오
Chê cưn mu xi ca nê ta ra xi can cứp ư rô kiê xan he chu xíp xi ô

❖ Lương một tháng là bao nhiêu?
월급이 얼마입니까?
Uôl cư pi ơl ma im ni cá?

❖ Một ngày cho ăn mấy bữa?
하루 식사 몇 끼를 제공해 주십니까?
Ha ru xíc xa miớt ki rưl chê công he chu xim ni cá?

❖ Số tiền đó bao gồm cả tiền nhà nữa à?
그 금액이 하숙비를 포함합니까?
Cư cưm e ci ha xúc bi rưl phô hăm hăm ni cá?

❖ Tiền làm thêm một tiếng là bao nhiêu?
잔업은 한시간에 얼마입니까?
Cha nơ pưn hăn xi ca nê ơl ma im ni cá?

❖ Tiền làm thêm một tiếng là 150%
잔업시간은 시급의 150%입니다.
Chan ớp xi ca num xi cứp ưi béc ô xíp bơ xen thư im ni tà

❖ Phụ cấp làm đêm được áp dụng từ 10 giờ đêm đến 6 giờ
sáng hôm sau
심야수당은 10 시부터 익일 6 시까지 적용됩니다.
*Xim da xu tang ưn dơl xi bu thơ í cil dơ xớt xi ca
chi chóc iông tuêm ni tà*

❖ Tiền phụ cấp làm đêm một tiếng là bao nhiêu?
심야수당은 한시간에 얼마입니까?
Xim da xu tang ưn han xi ca nê ơl ma im ni cá?

❖ Tiền phụ cấp ca đêm của một tiếng được tính thêm 50%
tiền lương cơ bản
심야수당은 기본 시급의 50% 입니다.
*Xim da xu tang ưn ki bôn xi cứp ưi ô xíp bơ xen thừ
im ni tà*

❖ Công ty chúng ta phát lương ngày mấy?
우리회사가 급여 지급일은 언제 입니까?
U ri huê xa ka cứp dơ chi cứp i rưn ơn chê im ni cá?

❖ Mong đừng có giữ tiền gối đầu.
월급을 보류하지 마세요
Uôl cư pưl bô riu ha chi ma xê dồ

❖ Để đến được Hàn Quốc tôi phải vay tiền để đi
한국에 오기 위해 돈을 빌렸습니다.
Han cu cê ô ki uy he tô nưl bi liớt xưm ni tà

❖ Xin công ty hãy trả lương đúng ngày
월급날에 꼭 지급해주세요
Uôl cứp na rê cốc chi cứp he chu xê dồ

❖ Hình như tiền lương của tôi tính thiếu rồi
제 월급을 누락하게 계산하신 것같습니다.
*Chê uôl cư pưl nu rác ha kê kiê xan ha xin cớt cát
xưm ni tà*

❖ Lương tháng này tính không đúng
이 번달 월급이 안 맞아요
I bơn tal uôn cư pi an ma chà dồ

❖ Thời gian làm thêm tính không đúng
잔업시간이 안 맞아요
Chan ớp xi ca ni an mát xưm ni tà

❖ Hãy tính lại cho tôi
다시 계산해주세요
Ta xi kiê xan he chu xê dồ

❖ Xin hãy giải thích chi tiết về số tiền bị trừ
공제금액에 대해 자세히 설명해 주세요
Công chê cưm e cê te he cha xê hì xơl miơng he chu xê dồ

❖ Hãy bỏ tiền lương vào sổ ngân hàng cho tôi
통장에 월급을 넣어주세요
Thông chang ê uôl cư pưl nơ hơ chu xê dồ

❖ Tôi muốn nhận tiền mặt
  현금으로 받고 싶습니다.
  Hiên cưm ư rô bát cô xíp xưm ni tà

❖ Ngày nghỉ nếu làm việc thì tính thế nào?
  공휴일에 근무하면 어떻게 계산합니까?
  Công hiu i rê cưm mu ha mion ơ tớt kê kiê xan hăm ni cá?

❖ Thời gian làm thêm không có nên lương ít qúa
  잔업시간이 없으니까 월급이 적어요
  Chan ớp xi ca ni ợp xư ni ca uôl cư pi chơ cơ dồ

❖ Hãy giao cho tôi nhiều việc làm thêm
  잔업을 많이 시켜주세요.
  Cha nơ pưl ma ni xi khiơ chu xê dồ

❖ Hay tăng lương cho tôi
  월급을 인상해 주세요
  Uôl cư pưl in xang he chu xê dồ

❖ Hôm nay có làm thêm không?
  오늘 잔업이 있습니까?
  Ô nưl cha nơ pi ít xưm ni cá?

❖ Ngày mai có làm việc không?
  내일 일을 하겠습니까?
  Ne il i rưl ha kết xưm ni cá?

❖ Hãy cho tôi xem bảng chấm công
  근무 기록서를 보여주세요
  Cưm mu ki rốc xơ rưl bô dơ chu xê dồ

❖ Hãy cho tôi xem bảng lương
  월급 명세서를 보여주세요
  Uôl cứp miơng xê xơ rưl bô dơ chu xê dồ

❖ Số tiền trừ này là tiền gì?
  이 공제액은 무슨 돈입니까?
  I công chê e cưn mu xưn tôn im ni cá?

❖ Tính cả tiền làm thêm vào chưa?
  잔업수당도 계산해 주십니까?
  Chan ớp xu tang tô kiê xan he chu xim ni cá?

❖ Tôi vẫn chưa nhận được lương
  저는 월급을 아직 못 받았습니다
  Chơ nưn uôl cư pưl a chíc mốt ba tát xưm ni tà

❖ Khi nào thì sẽ có lương?
  월급은 언제 주십니까?
  Uôl cư bưn ơn chê chu xim ni cá?

❖ Nhất định phải giúp tôi cái việc tôi đã nhờ đấy
  제가 부탁했던 것을 꼭 도와주세요.
  Chê ka bu thác hét tơn cơ xưl cốc tô oa chu xê dồ

❖ Tháng sau hãy trả bù cho tôi
  다음 달에 지급해 주십시오
  Ta ưm ta rê chi cứp he chu xíp xi ỏ

❖ Hãy thu bù cho
  소급해 주십시오
  Xô cứp he chu xíp xi ô

❖ Số tiền bị tính sai hãy trả vào ngày trả lương tới cho tôi
잘못 산정된 금액은 다음 급여 지급일에 지급해주세요.
Chal mốt xan chơng tuên cưm e cưn ta ưm cứp dơ chi cứp i rê chi cứp he chu xê dồ

❖ Hãy trả ngay cho tôi số tiền bị tính sai
잘못 산정된 금액은 즉시 지급해주세요
Chal mốt xan chơng tuên cưm e cưn chức xi chi cứp he chu xê dồ

6. Các tình huống tranh chấp
분쟁이 발생할 때

❖ Chúng tôi rất lấy làm tiếc về những việc không hay vừa qua
저희들은 지난번에 불미스러운 일이 일어났던 것을 안타깝게 생각합니다
Chơ hưi tư rưn chi nan bơ nê bul mi xư rơ un i ri i lơ nát tơn cơ xưl an tha cáp kê xeng các hăm ni tà

❖ Chúng ta là người cùng một gia đình.
우리는 한 가족의 식구입니다.
U ri num hăn ca chốc ưi xíc cu im ni tà

❖ Nếu có chuyện gì thì chúng ta hãy giải quyết bằng hội thoại
무슨 일이 있으면 대화로 푸십시오
Mu xưn i ri ít xư mơn te hoa rô phu xíp xi ô

❖ Mong anh bình tĩnh nghe tôi nói
진정하시고 제 말을 좀 들어주십시오
Chin chơng ha xi cô chê ma rưl chôm tư rơ chu xíp xi ô

❖ Nếu bị chèn ép thì chúng ta hãy báo cáo với quản lý
부당한 경우를 당하면 우리는 관리자에게
보고할 겁니다
Bu tang han kiơng u rưl tang ha miơn u ri nưn
koan ly cha ê kê bô cô hal kơm ni tà.

❖ Giải quyết như thế này là không thỏa đáng
이렇게 해결하면 타당하지 않다고 생각합니다.
I rớt kê he kiơl ha miơn tha tang ha chi an ta cô
xeng các hăm ni tà

❖ Chúng tôi sai ở chỗ nào xin hãy chỉ rõ cho
우리의 잘못을 구체적으로 지적해 주십시오
U ri ưi chal mô xưl cu chê chơ cư rô chi chóc he
chu xíp xi ô

❖ Chúng tôi muốn liên lạc với chi nhánh công ty.
저희들은 송출 회사 지사에 연락하고 싶습니다
Chơ hưn tư rưn xóng chul huê xa chi xa ê iơn lác
ha cô xíp xưm ni tà

❖ Chúng tôi muốn nghe người phiên dịch dịch lại
우리는 통역관의 통역을 듣고 싶습니다
U ri nưn thông iớc koan ưi thông iơ cưl tựt cô xíp
xưm ni tà

❖ Mong ông vui lòng nhận điện thoại này cho. Xin cảm ơn ông
  이 전화를 좀 받아 주십시오.. 감사합니다
  I chơn hoa rưl chôm ba ta chu xíp xi ô. Cam xa hăm ni tà

❖ Chúng tôi không rành tiếng Hàn lắm. Hãy ghi vào giấy và
  nhờ phiên dịch dịch hộ.
  한국어가 잘 통하지 않습니다. 서면으로 통역관에게
  번역부탁드려주세요.
  Han cu cơ ka chal thông ha chi an xưm ni tà. Xơ
  mơn ư rô thông iớc koa nê kê bơn iớc bu thác tư
  rơ chu xê dồ

❖ Đây là ý kiến của chúng tôi, mong ông hãy fax theo
  số fax này cho
  우리의 의사표현 입니다. 이 팩스 번호로 보내
  주십시오.
  U ri ưi ưi xa phiô hiơn im ni tà. I phéc xừ bơn hô
  rô bô ne chu xíp xi ô

❖ Mong ông hãy yêu cầu chi nhánh công ty xuống đây cho
  송출 회사 지사가 여기에 오도록 요청해 주십시오
  Xông chul huê xa chi xa ca dơ ki ê ô tô rốc dô chơng he
  chu xíp xi ô

❖ Mong rằng sau này sẽ không còn những chuyện như thế
  này xảy ra nữa
  다시는 이런 일이 발생되지 않으면 좋겠습니다.
  Ta xi nưn i rơn i ri bal xeng tuê chi a nư mơn chốt
  kết xưm ni tà

❖ Chúng ta hãy giải hòa với nhau
우리 서로 화해 합시다
U ri xơ rô hoa he hắp xi tà

❖ Tôi đã sai, Thành thật xin lỗi ông
제가 잘못했습니다. 진심으로 죄송합니다
Chê ka chal mốt hét xưm ni tà. Chin xim ư rô chuê
xông hăm ni tà

❖ Anh ấy là người gây ra nguyên nhân trước
그 분이 원인을 먼저 제공했습니다.
Cư bu ni uôn i nưl mơn chơ chê công hét xưm ni tà

❖ Do ngôn ngữ không thông vì thế mong ông hãy thông cảm cho
의사 소통이 잘 안되니까 이해해 주시기 바랍니다.
Ưi xa xô thông i chal an tuê ni ca i he he chu xi ki
ba răm ni tà

❖ Tôi hoàn toàn nói sự thật, tôi không nói dối
저는 사실을 이야기 하고 거짓말 하지 않았습니다.
Chơ nưm xa xi rưl i da ki ha cô kơ chít mal ha chi a
nát xưm ni tà

❖ Mong nhà máy giải quyết thỏa đáng việc này cho
이 건을 타당하게 조치해주시기 바랍니다.
I kơ nưl tha tang ha kê chô chi he chu xi ki ba răm ni tà

❖ Mong ông hãy rộng lòng hiểu cho, xin chân thành cảm ơn ông.
너그럽게 이해해 주세요. 대단히 감사합니다.
Nơ cư rớp kê i he he chu xê dồ. Te tan hi cam xa hăm ni tà

7. Ký túc xá
기숙사

❖ Mong Công ty hãy cho chúng tôi ăn ở không mất tiền
숙식을 무료로 제공해주시기 바랍니다
Xúc xi cư mu riô rô chê công he chu xi ki ba răm ni tà

❖ Hãy bày cho chúng tôi biết cách sử dụng lò sưởi, máy lạnh, máy giặt
보일러, 에어콘, 세탁기 사용 방법을 알려주십시오
Bô il lơ ê ơ khôn xê thác ki xa iông bang bơ bư a lơ chu xíp xi ô

❖ Chúng tôi muốn giữ một bộ chìa khoá
열쇠를 저희들에게 한 부를 주시기 바랍니다
Dơl xuê rư chơ hưi tư rê kê hăn bu rư chu xi ki ba răm ni tà

❖ Mong công ty cung cấp đủ chăn, đệm, gối.
베개, 담요, 이불을 충분히 주시기 바랍니다
Bê ke, tam dô, i bu rư chung bưn hi chu xi ki ba răm ni tà

❖ Hãy cho chúng tôi một cái tủ đựng quần áo
옷장을 하나 주십시오
Ốt chang ư ha na chu xíp xi ô

❖ Chúng tôi làm cùng ca vì thế muốn ở chung một phòng
  같은 교대로 일하는 저희들은 같은 방에서 지내고
  싶습니다
  *Cát thưm kiô te rô il ha nưn chơ hưi tư rưn cát thưm
  bang ê xơ chi ne cô xíp xưm ni tà*

❖ Chúng tôi hợp với nhau nên muốn cùng ở một phòng
  서로 어울리기 때문에 같은 방에서 지내고 싶습니다
  *Xơ rô ơ u li ki te mu nê cát thưm bang ê xơ chi ne
  cô xíp xưm ni tà*

❖ Người Việt Nam chúng tôi muốn ở chung với nhau
  저희 베트남 사람들끼리 같이 지내게 해주세요
  *Chơ hưi bê thư nam xa ram tưl ki ri cát chi chi ne
  kê he chu xê dỏ.*

❖ Ở với người nước ngoài rất phiền phức vì ngôn ngữ
  không thông, tập quán sinh hoạt, văn hóa khác nhau
  외국인과 같이 사는 것은 의사소통이 잘 안되고
  생활 습관, 문화가 서로 차이 있기 때문에 같이
  지내면 불편합니다
  *Uê cúc in qua cát chi xa nưn kơ xưm ưi xa xô thông
  i chal an tuê cô xeng hoal xứp koan, mun hoa ka
  xơ rô cha i ít ki te mu nê cát chi chi ne miơn bul
  phiơn hăm ni tà*

❖ Hãy treo nội quy ký túc xá trên tường để mọi người cùng biết
  모든 사람이 보일 수 있도록 기숙사내 규칙을
  벽에 걸어 주십시오.
  *Mô tưn xa ra mi bô il xu ít tô rốc ki xúc xa ne kiu
  chi cưl biơ cê kơ lơ chu xíp xi ô*

❖ Chúng tôi sẽ thực hiện nghiêm túc nội quy ký túc xá
우리는 사규를 잘 지키겠습니다
U ri nưn xa kiu rưl chal chi khi kết xưm ni tà

❖ Rất mong nhà máy quan tâm tới việc ăn ở của chúng tôi
저희들의 숙식문제에 대해서 관심가져 주시기
바랍니다.
*Chơ hưi tưl ưi xúc xíc mun chê ê te he xơ coan xim
ka chiơ chu xi ki ba răm ni tà.*

❖ Người khác ca ở cùng phòng nên rất phiền phức cho nhau
근무교대가 서로 다르기 때문에 같이 있으면
아주 불편합니다
*Cưn mu kiô tê ka xơ rô ta rư ki te mu nê cát chi ít
xư miơn a chu bul phiơn hăm ni tờ*

❖ Phòng này chật qúa hãy cho chúng tôi thêm phòng hay đổi
phòng khác rộng hơn cho
이 방은 너무 좁습니다. 한 방 더 주시거나 혹시
더 넓은 방으로 바꿔주십시요
*I bang ưn nơ mu chốp xưm ni tà. Hăn bang tơ chu xi
cơ na hốc xi tơ nơl pưn bang ư rô ba cua chu xíp xi ô*

❖ Đề nghị kiểm tra lại lò sưởi cho vì qúa lạnh
방이 너무 추운데 난방을 점검해주십시요
*Bang i nơ mu chu un tê nan bang ưl chơm cơm he
chu xíp xi ô*

❖ Đề nghị mở thêm cửa sổ vì phòng qúa ẩm thấp
창문을 하나 더 만들어 주십시오. 방내 습기가
너무 많아 축축합니다.
*Chang mun ưl ha na tơ man tư rơ chu xíp xi ô.
Bang ne xứp ci ka nơ mu ma na chúc chúc hăm ni tà*

❖ Phòng ồn qúa nên buổi đêm rất khó ngủ
너무 시끄럽습니다. 밤에 자지 못합니다
Nơ mu xi cư rớp xưm ni tà. Ba mê cha chi mốt hăm ni tà

❖ Phòng thiếu không khí nên ngủ dậy rất mệt
공기, 산소가 부족해서 잠에서 깨면 너무 피곤합니다
Công ci, xan xô ka bu chốc he xơ cha mê xơ ce miơn
nơ mu phi côn hăm ni tà

❖ Phòng bị thấm nước
방에 물이 새고 있습니다
Bang ê mu ri xe cô ít xưm ni tà

❖ Mong công ty hãy dán lại giấy tường
벽을 다시 도배해주십시오
Bơ cưl ta xi tô be he chu xíp xi ô

8. Tiền thôi việc
퇴직금

❖ Tôi được biết thì từ năm thứ 2 trở đi sẽ có tiền thôi việc
2년째부터 퇴직금이 발생되는 것을 알고 있습니다
I niơn che bu thơ thuê chíc cư mi bal xeng tuêl nưn
cơ xưl al cô ít xưm ni tà

❖ Mỗi năm làm việc được một tháng lương thôi việc
1 년근무하면 한 달가량의 급여에 해당되는
퇴직금이 적립됩니다
*Il niơn cưn mu ha miơn hăn tal ka riang ưi cứp dơ
ê he tang tuê nưn thuê chíc cư mi chóc ríp tuêm ni tà*

❖ Số tháng tiền thôi việc được tính theo số năm làm việc
퇴직금 연수는 근무 연수에 따라 계산됩니다
*Thuê chíc cưm iơn xu nưn cừn mu iơn xu ê ta ra
kiê xan tuêm ni tà*

❖ Tiền thôi việc bằng một phần ba tổng ba tháng lương
cuối năm cộng lại
퇴직금이 연말 3 개월의 총급여의 삼분의 일로
계산됩니다
*Thuê chích cư mi iơn mal xam ke uôn ưi chông cứp
dơ ưi xam bun ưi i lô kiê xan tuêm ni tà*

❖ Tiền thôi việc được tính theo lương thực tế, không tính
theo lương tối thiểu
퇴직금은 실제 수입 급여에 따라 계산되며
최저급여에 의해 계산 되는 것이 아닙니다.
*Thuê chíc cư mi xil chê xu íp cứp dơ ê ta ra kiê san tuê
mơ chuê chơ cứp dơ ê ưi he kiê san tuêl nưn cơ xi
a nim ni tà*

❖ Khi tôi về nước có tiền thôi việc chứ?
귀국 시 저는 퇴직금을 받을 수 있죠?
Cuy cúc xi chơ nưn thuê chíc cư mưl ba tưl xu ít chiô?

❖ Tiền thôi việc của mấy năm làm việc?
  퇴직금에 해당되는 근무 기간는 몇년입니까?
  Thuê chíc cư mê he tang tuê nưn cừn mu ki can nưn miớt nơn im ni cá?

❖ Tiền thôi việc có từ khi nào đến khi nào?
  언제부터 언제까지 퇴직금이 발생됩니까?
  Ơn chê bu thơ ơn chê ka chi thuê chíc cư mi bal xeng tuêm ni cá?

❖ Tiền thôi việc được tính như thế nào?
  퇴직금은 어떻게 정산하나요?
  Thuê chíc cư mưn ơ tớt kê chơng xan ha nả dô?

❖ Tổng số tiền thôi việc là bao nhiêu?
  퇴직금 총액이 얼마입니까?
  Thuê chíc cưm chông e ci ơl ma im ni cá?

❖ Trong tiền thôi việc có tiền thuế không?
  퇴직금액에서도 세금이 있나요?
  Thuê chíc cưm éc ê xơ tô xê cư mi ít nả dô?

❖ Nếu có số thuế đó là bao nhiêu?
  있으면 그 세액이 얼마입니까?
  Ít xư miơn cư xê e ci ơl ma im ni cá?

❖ Số tiền thôi việc còn lại là bao nhiêu?
  세액 공제 후 남은 돈이 얼마입니까?
  Xê éc công chê hu na mưn tô ni ơl ma im ni cá?

❖ Xin vui lòng giải thích lại cách tính tiền thôi việc
다시 한번 퇴직금 계산법을 설명해 주시기 바랍니다
*Ta xi hăn bơn thuê chíc cưm kiê xan bơ pul xơl miơng
he chu xi ki ba răm ni tà*

❖ Bao giờ thì tôi có thể nhận tiền thôi việc đó?
언제 저는 그 금액을 수령할 수 있습니까?
On chê chơ nưn cư cưm e cul xu riơng hal xu ít xưm ni cá?

❖ Tôi muốn nhận tiền thôi việc ở nhà máy
퇴직금을 회사에서 받고 싶습니다.
Thuê chíc cư mul huê xa ê xơ bát cô xíp xưm ni tà

❖ Tôi xác nhận số tiền đó là đúng
저는 그 금액이 맞다고 인정합니다
Chơ nưn cư cưm e ci mát ta cô in chơng hăm ni tà

❖ Vui lòng đổi sang đô la mỹ cho tôi, loại 100 đô ấy
백불짜리 달러로 환전해주십시오
Béc bul cha ri ta lơ rô hoan chơn he chu xíp xi ô

❖ Tại vì ở sân bay giá đô la đắt qúa
왜냐하면 공항에서 환전 환율이 너무 비쌉니다.
*Oe nia ha miơn công hang ê xơ hoan chơn hoan du
ri nơ mu bi xăm ni tà*

❖ Xin cảm ơn đã thanh toán sòng phẳng tiền thôi việc.
퇴직금을 잘 정산해 주셔서 대단히 고맙습니다.
*Thuê chích cư mul chal chơng xan he chu xiơ xơ te
tan hi cô máp xưm ni tà*

9. Thuật ngữ công việc
작업용어

❖ Khi hàn nhất định phải đeo đồ bảo hộ
용접할 때는 보호장구를 착용 하세요
Iông chớp hal te nưn bô hô chang cu rưl chác iông ha xê đồ

❖ Hãy cẩn thận
조심 하세요
Chô xim ha xê đồ

❖ Hãy đi theo tôi
저를 따라 오세요
Chơ rưl ta ra ô xê đồ

❖ Hãy làm giống như tôi
나와 똑같이 작업하세요
Na oa tốc các chi cha cớp ha xê đồ

❖ Hãy làm như thế này
이렇게 하세요
I rớt kê ha xê đồ

❖ Cái này là không được
이것은 안돼요
I cơ xưn an tuê đồ

* Đừng có làm
  하지마세요
  Ha chi ma xê dồ

* Hãy cởi găng tay ra
  장갑을 벗으세요
  Chang ca pul bơ xư xê dồ

* Hãy dọn vệ sinh
  청소 하세요
  Chơng xô ha xê dồ

* Hãy chỉnh lý, chỉnh đốn công việc
  작업 정리정돈 하세요
  Cha cớp chơng ni chơng tôn ha xê dồ

* Hãy bắt đầu công việc
  작업 시작하세요
  Cha cớp xi chác ha xê dồ

* Hãy dừng công việc lại
  작업 중지하세요
  Cha cớp chung chi ha xê dồ

* Hãy làm chậm chậm
  천천히 하세요
  Chơn chơn hi ha xê dồ

* Hãy làm nhanh lên
  빨리 하세요
  Ba li ha xê dồ

Tiếng Hàn dành cho người...

❖ Hãy bật điện lên
전기를 켜세요
Chơn ki rưl khiơ xê dồ

❖ Hãy tắt điện đi
전기를 끄세요
Chơn ki rưl cư xê dồ

❖ Hãy đi làm
출근하세요
Chul cưn ha xê dồ

❖ Hết giờ làm việc
퇴근하세요
Thuê cưn ha xê dồ

❖ Ngày mai tiếp tục làm việc
내일 나오세요
Ne il na ô xê dồ

❖ Hãy làm thêm
연장잔업 하세요
Iơn chang cha nớp ha xê dồ

❖ Hãy làm việc vào ngày lịch đỏ (làm việc vào ngày nghỉ)
특근하세요 (휴일출근)
Thức cưn ha xê dồ (hiu il chul cưn)

❖ Hãy đi làm đúng giờ
출근시간 엄수
Chul cưn xi can ơm xu

❖ Hãy đi ăn cơm
식사하세요
Xíc xa ha xê dồ

❖ Đừng đi làm muộn
지각하지 마세요
Chi các ha chi ma xê dồ

❖ Hãy đi tắm
목욕하세요
Mốc iốc ha xê dồ

❖ Hãy giặt áo quần
세탁하세요
Xê thác ha xê dồ

❖ 1 ngày, 2 ngày, 1 tuần, 1 tháng
1 일, 2 일, 1 주일, 1 개월
Il il, i il, il chu il, il ke u ơl

❖ Nhất định là phải chấm thẻ
카드를 꼭 찍으세요
Kha tư rưl cốc chí cư xê dồ

❖ Không gọi điện thoại trong khi làm việc
작업중에 전화할 수 없습니다.
Cha cớp chung ê chơn hoa hal xu ợp xưm ni tà

❖ Cấm sử dụng điện thoại di động trong khi làm việc
작업중에 휴대폰전화 사용을 금합니다.
*Cha cớp chung ê hiu te phôn chơn hoa xa iông ưl
cưm hăm ni tà*

❖ Hãy mặc quần áo gọn gàng
복장을 단정히 합시다.
Bốc chang ưl tang chơng hi hắp xi tà

❖ Chân tay phải sạch sẽ
손발은 청결해야 합니다.
Xôn ba rưn chơng kiơl he da hăm ni tà

❖ Hãy chuẩn bị đi làm việc
출근준비를 하십시오
Chul cưn chun bi rưl ha xíp xi ô

❖ Đến mấy giờ thì phải đi làm?
몇시까지 출근해야 합니까?
Miớt xi ca chi chul cưn he da hăm ni cá?

❖ Chủ nhật tuần này có làm thêm không?
이번주 일요일에는 잔업이 있습니까?
I bơn chu il dô i rê nưn cha nơ pi ít xưm ni cá?

❖ Phải đến trước mấy phút trước khi làm việc?
작업시작 몇 분 전에 나와야 합니까?
Cha cớp xi chác miơt bun chơ nê na oa da hăm ni cá?

❖ Phải đến hiện trường làm việc trước 10 phút để chuẩn bị
출근시간 10분전에 작업장에 나와서 준비해야합니다.
Chul cưn xi can xíp bun chơ nê cha cớp chang ê na oa xơ chun bi he da hăm ni tà

❖ Nhất định phải chấm thẻ chấm công khi đi làm và khi tan ca
작업후에는 반드시 출퇴근카드를 찍어야 합니다.
Cha cớp hu ê nưn ban tư xi chul thuê cưn kha từ rưl chi cơ da hăm ni tà

- Hãy ký nhận vào bảng lương
  급여명세서에 서명하십시오
  Cứp dơ miơng xê xơ ê xơ miơng ha xíp xi ô

- Hôm nay sẽ trả lương
  오늘 월급을 지급하겠습니다.
  Ô nưl uôl cư pưl chi cứp ha kết xưm ni tà

- Ngày mai sẽ trả lương
  내일 월급을 지급하겠습니다
  Ne il uôl cư pưl chi cứp ha kết xưm ni tà

- Ngày kia sẽ trả lương
  모레 월급을 지급하겠습니다.
  Mô rê uôl cư pưl chi cứp ha kết xưm ni tà

- Tuần này sẽ trả lương
  이번주에 월급을 지급하겠습니다
  I bơn chu ê uôl cư pưl chi cứp ha kết xưm ni tà

- Tuần sau sẽ trả lương
  다음주에 월급을 지급하겠습니다.
  Ta ưm chu ê uôl cư pưl chi cứp ha kết xưm ni tà

- Hãy nhanh chóng nắm bắt kỹ thuật
  기술을 빨리 익히도록 합시다.
  Ki xu rưl ba li í khi tô rốc hắp xi tà

- Luôn có thái độ học hỏi kỹ thuật tốt hơn
  더 좋은 기술을 배우겠다는 자세를 가집시다.
  Tơ chôh ưm ki xu rưl be u kết ta nưm cha xê rưl ka chíp xi tà

❖ Sẽ trả lương theo sản lượng
생산량에 따라 급여를 지급하겠습니다.
Xeng xan riang ê ta ra cứp dơ ruỉ chi cứp ha kết xưm ni tà

❖ Hãy làm giảm tối đa hàng hư
불량품을 생산하지 않도록 최선을 다 합시다.
Bul liang phu mưỉ xeng xan ha chi an tô rốc chuê
xa mul ta hắp xi tà

❖ Nếu sản xuất hàng hư thì không được để lẫn thành phẩm
với phế phẩm
불량품 생산 시 정품과 함께 섞어놓지 맙시다.
Bul liang phum xeng xan xi chơng phum cua hăm
kê xơ cơ nô chi mắp xi tà

❖ Trong khi làm việc có gì không biết hay có vấn đề gì phát
sinh thì hãy báo cáo với quản lý
작업도중 모르는 것이 있거나 문제가 발생하면
담당자에게 먼저 보고합시다.
Cha cớp tô chưng mô rư nưn cơ xi ít cơ na mưn chê ca
bal xeng ha miơn tam tang cha ê kê mơn chơ bô cô
hắp xi tà.

❖ Không được tự làm việc theo ý mình
자기 임의대로 작업을 하지 마세요
Cha ki im ưi te rô cha cơ pưl ha chi ma xê dỗ

❖ Trong thời gian làm việc không được làm việc khác
근무시간에 일 외에는 다른 것을 하지 마세요
Cưn mu xi ca nê il uê ê nưn ta rưn cơ xưl ha chi
ma xê dỗ

❖ Sau khi khởi động máy, không được làm việc khác hay đi nơi khác
기계를 작동시킨 후에는 다른 일을 하거나 다른 곳에 가지 마세요
Ki kiê rưl chác tông xi khin hu ê nưn ta rưn i rưl ha cơ na ta rưn cô xê ca chi ma xê dồ

❖ Hãy vệ sinh máy móc sạch sẽ và bôi dầu mỡ khi cần thiết
기계를 깨끗이 청소하고 필요시에는 기름칠을 하세요
Ki kiê rưl ke cư xi chơng xô ha cô phi riô xi ê nưn ki rưm chi rưl ha xê dồ

❖ Đừng hút thuốc trong khi làm việc
작업도중에는 담배를 피우지 마세요
Cha cớp tô chưng ê nưn tam be rưl phi u chi ma xê dồ

❖ Không được tùy ý vận hành máy
기계를 임의대로 작동하지 마세요
Ki kiê rưl im ưi te rô chác tông ha chi ma xê dồ

10. Phần từ mới liên quan
관련단어

Dụng cụ bảo hộ lao động (PPE)
작업안전 보호 기구

Mũ bảo hiểm	안전모	*An chơn mô*
Dây an toàn	안전띠	*An chơn ti*
Nút tai chống ồn	귀마개	*Cuy ma ke*
Kính bảo vệ mắt	보호안경	*Bô hô an kiơng*
Khẩu trang	입마개	*Íp ma ke*
Mặt nạ	마스크	*Ma xừ khừ*
Mặt nạ chống bụi	방진 마스크	*Bang chin ma xừ khừ*
Mặt nạ phòng độc	방독마스크	*Bang tốc ma xừ khừ*
Mặt nạ dưỡng khí	송기마스크	*Xông ki ma xừ khừ*
Áo chống nhiệt	방열복	*Bang iơl bốc*
Mặt nạ hàn	용접탈면	*Iông chóp thal miơn*
Bình thở ôxi	산소통	*Xan xô thông*
Găng tay	장갑	*Chang cáp*
Găng tay vải	면장갑	*Miơn chang cáp*

Găng tay cao su	고무장갑	*Cô mu chang cáp*
Quần áo bảo hộ lao động	보호복	*Bô hô bốc*
Giày lao động	안전화	*An chơn hoa*
Ủng bảo hộ	안전장화	*An chơn chang hoa*
Áo giáp	갑옷	*Cáp ốt*
Tạp dề	앞 치마	*Áp chi ma*
Thiếu ô xi	산소 결핍	*Xan xô kiơl phip*
Tiếng ồn	소음	*Xô ưm*
Điện giật	전기 감전	*Chơn ki cam chơn*
Chấn động	진동	*Chin tông*
Kim loại nặng	중금속	*Chung cưm xốc*
Hố ở lối đi	개구보	*Ke cu bô*

Nhà máy, Công ty
회사, 기업, 업체

Công ty mẹ	본사	*Bôn xa*
Công ty chi nhánh	지사	*Chi xa*
Đại lý	대리처점	*Te ri chơ*
Nơi giao dịch	거래처	*Kơ re chơ*
Công ty có triển vọng	유망 업체	*Du mang ọp chê*

Hệ thống nhà máy	계열사	*Kiê iơl xa*
Đại chỉ nhà máy	회사 주소	*Huê xa chu xô*
Điện thoại nhà máy	회사 전화번호	*Huê xa chơn hoa bơn hô*
Sản phẩm nhà máy	회사의 생산품	*Huê xa ưi xeng xan phum*
Ngành nghề nhà máy	회사의 업종	*Huê xa ưi ớp chông*
Tổng giám đốc	회장님	*Huê chang nim*
Giám đốc	사장님	*Xa chang nim*
Giám đốc điều hành	대표 이사	*Te phiô i xa*
Phó giám đốc chuyên trực	상무 이사	*Xang mu i xa*
Phó giám đốc chuyên trách	전무 이사	*Chơn mu i xa*
Phó giám đốc phụ trách công việc	부장님	*Bu chang nim*
Ban giám đốc	이사회	*I xa huê*
Xưởng trưởng	공장장님	*Công chang chang nim*
Vợ giám đốc	사모님	*Xa mu nim*
Kế toán trưởng	경리장	*Kiơng ri chang*

Tiếng Việt	Tiếng Hàn	Phiên âm
Trưởng bộ phận lớn	차장님	Cha chang nim
Trưởng phòng	과장	Kua chang
Phó phòng	계장	Kiê chang
Trưởng bộ phận	주임님	Chu im nim
Trợ lý	대리님	Te ri nim
Thư ký	비서	Bi xơ
Nhân viên	회사원	Huê xa uôn
Quản lý	관리분	Kuan ly bun
Tổ trưởng	팀장	Thim chang
Công nhân Nam có tuổi	아저씨	A chơ xi
Công nhân nữ có tuổi	아주머니	A chu ma
Cô gái	아가씨	A ca xi
Bảo vệ	경비 아저씨	Kiong bi a chơ xi
Lái xe	운전자	Un chơn cha
Thợ máy	기사	Ki xa
Người tính lương	급여 계산원	Cứp dơ kiê xan uon
Khách thăm	방문객	Bang mun kéc
Khách hàng	고객	Cô kéc
Khách giao dịch	거래처 손님	Kơ re chơ xôn nim
Quản lý KTX	기숙사 사감	Ki xúc xa xa cam
Văn phòng	사무실	Xa mul xil

Cổng chính	정문	*Chơng mun*
Cổng phụ	후문	*Hu mun*
Phòng giám đốc	사장실	*Xa chang xil*
Phòng phó giám đốc	부사장의실	*Bu xa chang ưi xil*
Phòng hội nghị	회의실	*Huê ưi xil*
Xưởng	공장	*Công chang*
Hành lang	복도	*Bốc tô*
Trần nhà	찬장	*Chan chang*
Cầu thang	계단	*Kiê tan*
Kho	창고	*Chang cô*
Thang máy	엘리베이터	*Ê li bêi thờ*
Nguyên liệu	원자재	*Uôn cha chê*
Thành phẩm	완제품	*Oan chê phum*
Ký túc xá	기숙사	*Ky xúc xa*
Phòng nghỉ	쉬는 방	*Xuy nưn bang*
Phòng gặp mặt	면회실	*Mơn huê xil*
Phòng thay quần áo	탈의실	*Tha rê xil*
Nhà vệ sinh	화장실	*Hoa chang xil*
Nơi để xe	주차장	*Chu cha chang*
Phòng chờ	대기실	*Te ki xil*
Phòng hướng dẫn	안내실	*An ne xi*
Phòng kiểm tra	검품실	*Kơm phum x*

Cấm người ngoài vào	외부인 출입 금지	Uê bu in chu ríp cừm chi
Nơi hút thuốc	흡연 장소	Hưm iơn chang xô
Nơi cấm hút thuốc	금연 장소	Cừm iơn chang xô
Đang mở máy lạnh	냉방중	Neng bang chung
Đang mở lò sưởi	난방중	Nan bang chung
Nội quy nhà máy	사규	Xa kiu
Bản thông báo	게시판	Kê xi phan
Bản kế hoạch công tác	일정표	Il chơng phiô
Hồ sơ	서류	Xơ riu
Sổ sách	장부	Chang bu
Camera chống trộm	방범 카메라	Bang bom ca me ra
Bất cứ lúc nào	언제든지	Ơn chê từn chi
Làm việc	근무하다	Cừn mu ha tà
Bắt đầu	시작하다	Xi chác ha tà
Hoan nghênh	환영하다	Hoan iơng ha tà
Thời gian thức dậy	기상시간	Ki xang ki can
Hiện trường	현장	Hiơn chang
Hỏi thử	물어보다	Mu rơ bô tà
Giải thích	설명하다	Xơl miơng ha tà
Lo lắng	걱정하다	Cợc chơng hà tà

Tiếng Hàn dành cho người...

Quen thuộc	익숙하다	*Íc xúc ha tà*
Bộ phận	부서	*Bu xơ*
Áp dụng	적용하다	*Chóc iông ha tà*
Thanh toán	계산하다	*Kiê xan ha tà*
Tuân thủ	준수하다	*Chun xu ha tà*
Cung cấp	제공하다	*Chê công ha tà*
Tiền trọ	하숙비	*Ha xúc bi*
Bao gồm	포함하다	*Phô hăm ha tà*
Ăn ở	숙식	*Xúc xíc*
Miễn phí	무료	*Mu riô*
Lò sưởi	보일러	*Bô il rơ*
Quan tâm	관심하다	*Cuan xim ha tà*
Bất tiện	불편하다	*Bul phiơn ha tà*
Không khí	공기	*Công ki*

Tai nạn lao động
산업 재해

Tai nạn rủi ro	상해	*Xang he*
Tai nạn giao thông	교통 사고	*Kiô thông xa cô*
Tai nạn do máy	기계인해 사고	*Ki kiê in he xa cô*
Tai nạn do bất cẩn	부주의 사고	*Bu chu ưi xa cô*

Đột tử	급사	*Cứp xa*
Đứt ngón tay	손가락이 잘린다	*Xôn ca rác i chal rin tà*
Đứt bàn tay	손이 잘린다	*Xô i chal rin tà*
Gãy xương	골절	*Côl chơl*
Chảy máu	출혈	*Chul hiơl*
Rơi từ trên cao xuống	위에서 어지다	*Uyê xơ tơ rơ chi tà*
Thiếu ô xi	산소결핍	*Xan xô kiơl phip*
Tiếng ồn gây điếc	소음성 난청	*Xô um xơng nam chơng*
Làm việc ở nhiệt độ cao	고열작업	*Cô iơl cha cóp*
Tác hại các chất dung môi	유해용매제	*Du ki iông chê*
Nguy hiểm của chấn động	진동의 위험성	*Chin·tong ưi uy hơm xơng*
Làm việc trên giàn giáo	비계작업	*Bi kiê cha cóp*
Lối đi tạm thời	가설통로	*Ka xơl thông rô*
An toàn nơi đi lại	통행안전	*Thông heng an chơn*
An toàn khi dọn dẹp chỉnh lý	정리정돈 안전	*Chơng ni chơng tôn an chơn*
An toàn nơi hiện trường	현장 안전	*Hiơn chang an chơn*

Các loại máy
기계들

Thiết bị máy móc	기계설비	*Ki kiê xơl bi*
Máy móc	기계	*Ki kiê*
Máy may	미싱	*Mi xing*
Máy dệt	섬유기계	*Xơm du ki kiê*
Máy tiện	선반	*Xơn ban*
Máy hàn	용점기	*Iông chớp ki*
Máy cắt	재단기	*Che tan ki*
Máy đóng gói	포장기	*Phô chang ki*
Máy thêu	자수기계	*Cha xu ki kiê*
Dây chuyền	라인	*Rain*
Máy dập	프레스기계	*Phư rê xư ki kiê*
Máy khuôn	금형교환작업	*Cưm hiơng kiô hoan cha cớp*
Máy mài	연삭기	*Iơn chác ki*
Máy cuốn	로울러기	*Rô u rơ ki*
Máy cưa gỗ	목재 가공 톱기계	*Mốc chê thớp ki kiê*
Máy bào gỗ	수동대패기	*Xu tông te phe ki*
Cánh tay máy	산업용 로봇	*Xan ớp iông rô bốt*
Cần cẩu	크레인	*Khư rê in*

Máy nâng chuyền hàng	지게차	*Chi kê cha*
Băng chuyền	콘베이어	*Khôn bê i ơ*
Máy đùn nhựa	사출성형기	*Xa chul xơng hiơng ki*
Máy nghiền	분쇄기	*Bun xuê ki*
Máy tiện	선반기	*Xơn ban ki*
Máy khử lông	모소기	*Mô xô ki*
Máy giặt quay	정련기	*Chơng riơn ki*
Máy ly tâm	원심탈수기	*Uôn xim thal xu ki*
Máy tráng phủ	코팅기	*Khô thing ki*
Máy sấy vải	텐터기	*Thên ithơ ki*
Máy cuốn	로올러기	*Rô ôl lơ ki*
Máy cưa tròn	둥근톱	*Tông cưn thốp*
Máy bào tay	수동대패기	*Xu tông te phi ki*
Máy khoan	드릴기	*Tư ril ki*
Máy tời	리프트	*Ri phừ thừ*
Máy ủi	굴삭기	*Cul xác ki*
Máy đùn tạo hình	사출성형기	*Xa chul xơng hiơng ki*
Máy gọt	밀링	*Mil ling*
Máy hàn hồ quang	아크용접기	*A khừ iông chớp ki*
Máy khoan	들이 작업	*Tư ri cha cớp*

Máy cắt	절단기	*Chơl tan ki*
Máy tời cẩu	리프트기 작업	*Ri phư thư ki cha cóp*
Cần cẩu	크레인	*Khừ rê in*
Dụng cụ rung dung điện	전기전동공구	*Chơn ki chơn tông công cu*
Thiết bị chiếu sáng di động	이동형 조명 기구	*I tông hiơng chô miơng ki cu*
Cầu chì điện	퓨즈	*Phiu chừ*
Ổ cắm	콘센트	*Khôn xên thừ*

Dụng cụ
도구

Công cụ	공구	*Công cu*
Cái cân	저울	*Chơ ul*
Tua vít	드라이버	*Tư ra i bơ*
Cái buá	망치	*Mang chi*
Cái đe	모루	*Mô ru*
Cái đinh	못	*Mốt*
Đinh ốc xoáy	나사	*Na xa*
Cái dùi	송곳	*Xông cốt*
Kính hiển vi	현미경	*Hiơn mi kiơng*
Cái thước	자	*Cha*

Cái thước vuông góc	직각자	Chíc các cha
Thước thập tự	십자자	Xíp cha cha
Thước đo độ cao	높이 측정기	Nô phi chức chơng ki
Thước đo bán kính	반경 측정기	Ban kiơng chức chơng ki
Thước đo độ sâu	깊이 측정기	Ki phi chức chơng ki
Thước vạn năng	갤리퍼스	Ke li phơ xừ
Kéo	가위	Ka uy
Cái kìm	펜치	Bên chi
Thợ may	미싱사	Mi xang xa
Thợ mộc	목공	Mốc công
Thợ Hàn	용접공	Iông chớp công
Thợ cơ khí	기계공	Ki kiê công
Thợ tiện	선반공	Xơn ban công
Chuyền	반	Ban
Chuyền 1	일반	Il ban
Chuyền 2	이반	I ban
Chuyền may	미싱반	Mi xang ban
Bộ phận kiểm tra	검사반	Kơm xa ban
Bộ phận đóng gói	포장반	Phô chang ban
Bộ phận gia công	가공반	Ca công ban

Bộ phận hoàn tất	완성반	*Oan xơng ban*
Bộ phận cắt	재단반	*Che tan ban*
Sản phẩm	제품	*Chê phum*
Phụ tùng	부품	*Bu phum*
Nguyên phụ liệu	원자재	*Uôn cha che*
Hàng hư	불량품	*Bu liang phum*
Hàng xuất khẩu	수출품	*Xu chul phum*
Hàng tiêu dùng nội địa	내수품	*Ne xu phum*
Hàng tồn kho	재고품	*Che cô phum*
Cho máy chạy	작동시키다	*Chác tông xi khi tà*
Sửa máy	고치다	*Cô chi tà*
Dừng máy	정지시키다	*Chơng chi xi khi tà*
Hư hỏng	고장이나다	*Cô chang i na tà*
Điều chỉnh	조정하다	*Chô chơng ha tà*
Tháo máy	분해시키다.	*Bun he xi khi tà*
Hoá chất	화학물질	*Hoa hác mul chil*
Lửa mồi	점화원	*Chơm hoa uôn*
Điểm dẫn lửa	인화점	*In hoa chơm*
Điểm phát hoả	발화점	*Bal hoa chơm*
Chất gây nổ	폭발 물질	*Phốc bal mul chil*
Chất phát hỏa	발화성 물질	*Bal hoa xơng mul chil*

Chất gây ôxy hoá	산화성 무질	*Xan hoa xơng mul chil*
Chất dẫn lửa	인화성 물질	*In hoa xơng mul chil*
Khí dễ cháy	가연성 가스	*Ka ion xơng ga xừ*
Các chất phân hủy	부식성 물질	*Bu xác xơng mul chil*
Bình nén khí	고압용기	*Cô áp iông ki*
Giàn giáo	발팔	*Bal phal*
Thang di động	이동식 사다리	*I tông xíc xa ta ri*
Xe bơm phun xi măng	펌프카	*Phơm phừ kha*
Hệ thống nâng	리프트	*Ri phừ thừ*
Tời (hoist)	호이스트	*Hô i xừ thừ*
Lò cao	용관로	*Dông kuan rô*
Bình ôxy	산소병	*Xan xô biơng*

Tiền lương
월급

Ngày phát lương	월급날	*Uôl cứp nal*
Lương khoán	월급제	*Uôl cứp chê*
Lương năm	년봉	*Niơn bông*
Lương ngày	일급	*Il cứp*
Lương giờ	시급	*Xi cứp*

Lương tháng	월급	*Uôl cứp*
Phụ cấp	수당	*Xu tang*
Lương tối thiểu	최저 급여	*Chuê chơ cứp dơ*
Lương cơ bản	기본급	*Ki bôn cứp*
Phụ cấp đủ công	월차 수당	*Uôl cha xu tang*
Phụ cấp chủ nhật	특근 수당	*Thức cưn xu tang*
Phụ cấp độc hại	유해 수당	*Du he xu tang*
Tiền gối đầu	보류 월급	*Bô riu uôl cứp*
Tiền tiết kiệm	적금	*Chốc cưm*
Bảng tính lương	급여 명세, 계산서	*Cứp dơ miơng xê kiê xan xơ*
Tổng lương	총액	*Chông éc*
Bảng chấm công	출퇴근 기록서	*Chul thuê cưn ki rốc xơ*
Tiền gốc	자본금	*Cha bôn cưm*
Tiền lãi	이자	*I cha*
Số tiền trừ	공제액	*Công chê éc*
Trả bù	소급 지급하다	*Xô cứp chi cứp ha tà*
Thu bù	소급 징수하다	*Xô cứp ching xu ha tà*
Tính lại	다시 계산하다	*Ta xi kiê san ha tà*
Thời gian gối đầu	보류 기간	*Bô riu ki can*

Nợ lương	체불	*Chê bul*
Thiếu	모자라다	*Mô cha ra tà*
Tính sai	잘못 계산하다	*Chal mốt kiê san ha tà*
Ứng tiền trước	가불	*Ka bul*
Bảo hiểm	보험	*Bô hơm*
Tiền bảo hiểm	보험료	*Bô hơm riu*
Bảo hiểm y tế	의류 보험	*Ưi riu bô hơm*
Bảo hiểm sức khỏ	건강 보험	*Kơn kang bô hơm*
Thời gian làm việc	근무 시간	*Cừn mu xi can*
Tiền thưởng	상여금	*Xang dơ cưm*
Nơi làm việc	근무장소	*Cừn mu chang xô*
Tiền thôi việc	퇴직금	*Thuê chíc cưm*
Làm việc 2 ca	2교대 근무하다	*I kiô te cừn mu ha tà*
Thời gian làm thêm	잔업시간	*Chan ớp xi can*
Thời gian thực tập	실습기간	*Xil xứp ki can*
Số tiền thực lịnh	실수령액	*Xil xu riơng éc*
Số tiền trừ	공제금액	*Công chê cưm éc*
Phụ cấp làm đêm	심야수당	*Xim da xu tang*
Chi trả	지급하다	*Chi cứp ha tà*
Thiếu sót	누락하다	*Nu rác ha tà*
Ngày nghi	공휴일	*Công hiu il*

| Bảng tính lương | 월급 명세서 | *Uôl cứp miơng xê xơ* |
| Phụ cấp làm thêm | 잔업수당 | *Chan ớp xu tang* |

Ký túc xá
기숙사

Phòng	방	*Bang*
Phòng nghỉ	휴게실	*Hiu kiê xil*
Nhà tắm	목욕실	*Mốc iốc xil*
Nhà vệ sinh	화장실	*Hoa chang xil*
Phòng thay quần áo	탈의실	*Tha rê xil*
Bếp	주방	*Chu bang*
Cửa	문	*Mun*
Cửa sổ	창문	*Chang mun*
Hàng lang	복도	*Bốc tô*
Cầu thang	계단	*Kiê tan*
Cái bàn	책상	*Chéc xang*
Cái ghế	의자	*Uỉ cha*
Tủ đựng quần áo	옷장	*Ót chang*
Chăn	이불	*I bul*
Gối	베개	*Bê ke*
Nệm	담요	*Tam dô*

Cái màn	모기장	*Mô ki chang*
Quạt	선풍기	*Xon phung ki*
Bàn là	다리미	*Ta ri mi*
Lò sưởi	난로	*Nan lô*
Tủ lạnh	냉장고	*Neng chang cô*
Máy giặt	세탁기	*Xê thác ki*
Nồi cơm điện	전기밥솥	*Chơn ki báp xốt*
Bóng điện	전등	*Chơn tưng*
Bóng đèn huỳnh quang	형광등	*Hiơn kuang tưng*
Nền nhà	바닥	*Ba tác*
Sưởi nền	난방	*Nan bang*
Đồ điện tử	전자제품	*Chơn cha chê phưm*
Đồ dùng cá nhân	개인용품	*Ke in iông phưm*
Gia cụ	가구	*Ca cu*
Bếp ga	가스레인지	*Ka xừ lê in chi*
Ga	가스	*Ka xừ*
Điện	전기	*Chơn ki*
Dầu	기름	*Ki rưm*
Nước nóng	온수	*Ôn xu*
Nước lạnh	냉수	*Neng xu*
Dọn vệ sinh	청소하다	*Chơng xô ha tà*
Rác	쓰레기	*Xư lê ki*
Thùng rác	쓰레기통	*Xư lê ki thông*
Cái chổi	빗자루	*Bít cha ru*

Ngủ bên ngoài	외박하다	*Uê bác ha tà*
Đi ra ngoài	외출하다	*Uê chul ha tà*
Mất trộm	도둑맞다	*Tô túc mát tà*
Phòng ngủ	침실	*Shim xil*
Phòng nghỉ chung	휴게실	*Hiu kie xil*
Nền phòng	방바닥	*Bang ba tác*
Bố trí phòng	방 배정	*Bang be chong*
Cửa	문	*Mun*
Ổ khoá	자물쇠	*Cha mul xuê*
Chìa khóa	열쇠, 키	*Iol xuê, Khi*
Giường	침대	*Chim te*
Mắc quần áo	옷걸이	*Ốt kơ ri*
Kệ dày dép	신발장	*Xin bal chang*
Chăn đệm nói chung	침구	*Chim cu*
Đệm có sưởi điện	전기장판	*Chon ki changphan*
Tầng một	일층	*Il chưng*
Tầng hai	이층	*I chưng*
Gác thượng	옥상	*Ốc xang*
Xà bông	비누	*Bi nu*
Xa bông giặt	세제	*Xê chê*
Dầu gội đầu	샴푸	*Xiam phiu*
Chậu rửa mặt	세면 대	*Xê mion te*
Bồn cầu	대변기	*Te bion ki*
Nơi tiểu tiện	소변기	*Xô bion ki*

Nhà ăn	식당	Xíc tang
Bình nước lọc	정수기	Chơng xu ki
Dụng cụ nhà bếp	식당 도구	Xíc tang tô cu
Dao	칼	Khal
Cái thớt	도마	Tô ma
Bình ga	가스통	Ga xừ thông
Bình ga nhỏ	미니 가스렌지	Mi ni ga xừ lên chi
Bát	그릇	Cừ rứt
Cái đĩa	접시	Chóp xi
Đôi đũa	젓가락	Chót ca rác
Cái thìa	숟가락	Xút ca rác
Đĩa thìa nói chung	수저	Xu chơ
Bàn ăn	밥상	Báp xang
Cái khay	쟁반	Cheng ban
Cái ly uống nước	잔, 컵	Chan, Khóp
Thức ăn thừa	설거지	Xơl kơ chi
Bao rác	쓰레기 봉투	Xư lê ki bông thu
Thùng rác	쓰레기통	Xư lê ki thông
Giá phơi quần áo	빨래 건조대	Ba le cơn chô te
Dây phơi quần áo	빨래 건조 줄	Be le cơn chô chul
Ghế sofa	소파	Xô pha
Máy lạnh	에어컨	Ê ơ khơn
Công tắc	퓨즈	Phiu chừ
Ổ cắm	콘센트	Khôn xên thừ

Muỗi	모기	*Mô ki*
Gián	바퀴	*Ba khuy*
Sâu bọ	벌레	*Bơ lê*
Mùi thối	악취 냄새	*Ác chuy nem xe*

Nhà ăn
식당

Bao ăn ở	숙식 제공	*Xúc xíc chê công*
Ăn sáng	아침식사	*A chim xíc xa*
Ăn trưa	점심 식사	*Chơm xim xíc xa*
Ăn tối	저녁식사	*Chơ nióc xíc xa*
Ăn giữa buổi	간식	*Kan xíc*
Tiền ăn	식대	*Xíc te*
Phiếu ăn	식권	*Xíc kuôn*
Cơm	밥	*Báp*
Thức ăn	반찬	*Ban chan*
Thịt	고기	*Cô ki*
Thịt gà	닭고기	*Tác cô ci*
Trứng gà	계란	*Kiê ran*
Thịt lợn	돼지 고기	*Tuê chi cô ki*
Thịt ba chỉ	삼겹살	*Xam kiếp xal*
Thịt bò	쇠고기	*Xuê cô ki*
Cá	생선	*Xeng xơn*

Cá chép	잉어	*Ing ơ*
Cá lóc	가물치	*Ka mul chi*
Rau	야채	*Da che*
Muối	소금	*Xô cưm*
Đường	설탕	*Xơl thang*
Tương	된장	*Tuên chang*
Nước mắm	젓갈	*Chớt kal*
Dấm	식초	*Xíc chô*
Dầu ăn	식용유	*Xíc iông du*
Ớt	고추	*Cô chu*
Hành	파	*Pha*
Tỏi	마늘	*Ma nưl*
Bột ngọt	조미료	*Chô mi riô*
Kim chi	김치	*Kim chi*
Dưa củ cải	깍두기	*Các tu ki*
Cay	맵다	*Mép tà*
Chua	시다	*Xi tà*
Ngọt	달다	*Tal tà*
Bùi	고소하다	*Cô xô ha tà*
Mặn	짜다	*Cha tà*
Nhạt	싱겁다	*Xing cớp tà*
Đắng	쓰다	*Xư tà*
Nếm thử	맛보다	*Mát bô tà*
Ăn sống	날로 먹다	*Na lô mợc tà*

Ăn chín	익은후먹다	*Ía ưn hu mọc tà*
Rán	튀기다	*Thuy ki tà*
Luộc	삶다	*Xam tà*
Các món ăn	각종요리	*Các chông dô ri*
Gỏi cá	생선회	*Xeng xơn huê*
Cơm canh bình thường	백반	*Béc ban*
Canh tương	된장지게	*Tuên chang chi ke*
Thịt bò nước	쇠고기 구이	*Xuê cô ci cu i*
Thịt lợn nướng	갈지 구이	*Kal chi cu i*
Cơm trộn canh	국밥	*Cúc báp*
Mì gói	라면	*La mơn*
Cơm gói rong biển	김밥	*Kim báp*
Canh	국	*Cúc*
Canh dưa	김치지게	*Kim chi chi ke*
Miến đen	자장면	*Cha chang mơn*
Gà hầm sâm	삼계탕	*Xam kiê thang*
Cơm gói	도시락	*Tô xi rác*
Bánh mỳ	빵	*Bang*
Canh rong biển	미역국	*Mi ớc cúc*
Đậu phụ	두부	*Tu bu*
Thịt sườn	갈비	*Kal bi*
Canh xương	해장국	*He chang cúc*

Biển báo an toàn lao động
산업 안전 표시

Biển hiệu cấm 금지 표시

Cấm vào	출입금지	*Chu ríp cừm chi*
Cấm đi bộ	보행 금지	*Bô heng cừm chi*
Cấm xe cộ	차량통행금지	*Cha riang thông heng cừm chu*
Cấm sử dụng	사용금지	*Xa iông cừm chi*
Cấm hút thuốc	금연	*Cừm ơn*
Cấm lửa	화기 금지	*Hoa ki cừm chi*
Cấm trèo lên	탑승금지	*Tháp xưm cừm chi*
Cấm di dời chuyển động	물체 이동금지	*Mul chê i tông cừm chi*

Biển hiệu hướng dẫn
안내 표시

| Chữ thập xanh | 녹십자 표시 | *Nốc xíp cha phiô xi* |
| Nơi cấp cứu | 응급구호 표시 | *Ứng cứp cu hô phiô xi* |

Có băng ca	들것	*Tưl kớt*
Nơi rửa mặt	세안실	*Xê an xil*
Cửa thoát hiểm	비상구	*Bi xang cu*
Cửa thoát hiểm bên trái	좌측 비상구	*Chua chức bi xang cu*
Cửa thoát hiểm bên phải	우측 비상구	*U chức bi xang cu*

Biển hiệu cảnh cáo
경고 표시

Cảnh cáo chất dễ cháy	인화성 물체 경고	*In hoa xơng mul chê kiơng cô*
Cảnh cáo chất có axit	산화성 물질 경고	*Xan hoa xơng mul chil kiơng cô*
Cảnh cáo chất nổ	폭발물 경고	*Phốc bal mul kiơng cô*
Cảnh cáo chất cực độc	독극물 경고	*Tốc cức mul kiơng cô*
Cảnh cáo chất mau huỷ hoại	부식성 물질 경고	*Bu xíc xơng mul chil kiơng cô*
Cảnh cáo chất phóng xạ	방사성 물질 경고	*Bang xa xơng mul chil kiơng cô*
Cảnh cáo điện cao áp	고압전기 경고	*Cô áp chơn ki kiơng cô*

Cảnh cáo có vật treo lơ lửng	매달린 물질 경고	*Me ta lin mul chil kiơng cô*
Cảnh cáo có vật rơi nguy hiểm	낙하물 경고	*Nác ha mul kiơng cô*
Cảnh cáo nhiệt độ cao	고온 경고	*Cô ôn kiơng cô*
Cảnh cáo nhiệt độ thấp	저온 경고	*Chơ ôn kiơng cô*
Cảnh cáo mất thăng bằng	불균형상실 경고	*Bul kiun hiơng xang xil kiơng cô*
Cảnh cáo chất laze	레이저 광선 경고	*Rê i chơ coan xơn kiơng cô*
Cảnh cáo chất độc hại	독해물 경고	*Tốc he mul kiơng cô*
Cảnh cáo nơi nguy hiểm	위험장소 경고	*Uy hơm chang xô kiơng cô*

Biển hiệu chỉ thị
지시표시

Hãy đeo kính bảo vệ mắt	보안경 착용	*Bô an kiơng chác iông*
Hãy đeo mặt nạ chống độc	방독마스크 착용	*Bang tốc ma xừ khừ chác iông*
Hãy đeo mặt nạ chống bụi	방진마스크 착용	*Bang chin ma xừ khừ chác iông*

Hãy đeo mặt nạ bảo vệ mặt	보안면 착용	*Bô an mô chác iông*
Hãy đội mũ an toàn	안전모 착용	*An chơn mô chác iông*
Hãy đeo bảo hộ bảo vệ tai	귀마개 착용	*Cuy ma ke chác iông*
Hãy đi dày an toàn vào	안전화 착용	*An chơn hoa chác iông*
Hãy đeo găng tay an toàn	암전 장갑 착용	*Iam chơn chang cáp chác iông*
Hãy mặc quần áo an toàn	안전복 착용	*An chơn bốc chác iông*

11. Bản tính lương 수당지급명세서
Bản chấm công 출퇴근 기록서
Hợp đồng lao động 근로계약서

BẢNG HỢP ĐỒNG LAO ĐỘNG CHUẨN

아래 당사자는 다음과 같이 근로계약을 체결하고 이를 성실히 이행할 것을 약정합니다

Đôi bên ký hợp đồng lao động dưới đây và cam kết thực hiện nghiêm chỉnh nội dung này:

사업주 Chủ xí Nghiệp(A)	업체명 (Tên xí nghiệp)		전화 (Tel)	
	소재지 (nơi ở)			
	성명 (Họ và tên)		주민등록 (CMT)	
연수취업자 Công Nhân (B)	성명 (Họ và tên)		외국인등록 증 (CMT)	
	본국주소 (Địa chỉ ở Việt Nam)			

1.근로계약시간 : **200.** 년 월 일부터 **200.** 년 월 일까지

 Thời gian Hợp đồng: từ ngày tháng năm 200. đến ngày tháng năm200.

***.**연수취업자로   전환하는   경우에는   체류자격 변경허가일로부터 **1** 년간으로 함

***.**Trường hợp chuyển đổi sang công nhân thì làm 1 năm kể từ ngày được phép thay đổi tư cách lưu trú.

2.취업의 장소 및 업무내용:

 Địa điểm tu nghiệp và nội dung công việc

가).취업의 장소:

 Địa điểm làm việc

나).종사해야할 업무의 내용:

 Nội dung công việc cần làm

3. 근무시간 :

Thời gian làm việc

가). 근무시간 : ......시......분부터 ......시......분까지

từ giờ phút đến giờ phút

나). 휴게시간 : .....시 .....분부터 ...시..분까지

Thời gian nghỉ : từ......giờ ... phút đến ... giờ .. phút

다). A 과 B 의 합의하에 근무시간을 연장할 수 있으며 A 가 근로기준법 50 조 또는 제 51 조의 요건을 갖추고 탄력적근로시간제 또는 선택적 로시간제를 도입한 경우에는 그에 따른다

Trên cơ sở thoả thuận giữa A và B, có thể kéo dài thời gian làm việc. Trường hợp A đảm bảo các điều kiện điều 50, điều 51 của luật lao động chuẩn mà áp dụng chế độ thời gian làm việc co giãn hoặc chế độ thời gian làm việc lựa chọn thì B theo đó chấp hành

라). 근로기준법 제 61 조에 의하여 농림.축산.수산산업에 종사하는 연수취업자에게는 근로기준법상의 근로시간.휴게에 관한 규정은 적용되지 아니한다. 따라서 농림.축산.수산수업에 종사하는 한국인의 통상적인근무시간.휴게시간에 준하되 연수취업자에 대하여 차별을 하여서는 아니된다

Theo điều 61 luật chuẩn lao động thì những quy định về thời gian nghỉ, thời gian làm việc của luật chuẩn lao động sẽ không áp dụng đối với người công nhân làm việc trong ngành nông lâm, chăn nuôi, thuỷ sản. Bởi vậy, sẽ lấy theo thời gian làm việc, thời gian nghỉ thông thường của người Hàn quốc phục vụ trong ngành nông lâm, chăn nuôi, thuỷ sản ; không được có sự đối xử phân biệt với công nhân tu nghiệp.

4. 휴일 : 매주 (....)요일

Ngày nghỉ : mỗi tuần vào thứ ( )

근로기준법 제 **61** 조에 의하여 농림.축산.수산산업에 종사하는 연수취업자에게는 근로기준법상의 휴일에 관한 규정은 적용되지 아니한다. 따라서 농림.축산.수산산업에 종사하는 한국인의 통상적인 휴일에 준하되 연수취업자에 대하여 차별을 하여서는 아니된다

Theo điều 61 luật chuẩn lao động thì quy định về ngày nghỉ của luật chuẩn lao động không áp dụng cho công nhân tu nghiệp phục vụ trong các ngành nông lâm, chăn nuôi, thuỷ sản. Bởi vậy sẽ lấy theo ngày nghỉ thông thường của người Hàn quốc làm trong các ngành trên mà không có sự phân biệt đối với công nhân tu nghiệp.

5. 임금 및 수당

Tiền lương và phụ cấp

가). 기본임금 : 월(시간, 일, 주)급 : (..............)원

Tiền lương cơ bản : lương tháng (lương giờ, ngày, tuần): (   )w

나). 수당 및 산정방법 :

Phụ cấp và phương pháp tính :

①. (   ) 수당 : (   )원

  phụ cấp(   ): (   )w

②. (   ) 수당 : (   )원

  phụ cấp (   ) : (   )w

③. (   ) 수당 : (   )원

  phụ cấp (   ) : (   )w

④. (   ) 수당 : (   )원

  phụ cấp (   ) : (   )w

⑤. (   ) 수당 : (   )원

  phụ cấp (   ) : (   )w

다). 법정근로시간을 초과한 연장근로와 야간근로 및 휴일근로에 대하여는 통상임금의 **50%**를 가산 지급한다. 근로기준법 제 **61** 조에 의하여 농림.축산.수산사업에 종사하는 연수취업자에게는 근로기준법상의 가산임금 (연장.휴일근로) 에 관한규정은 적용되지 아니한다

Làm kéo dài, làm đêm, làm ngày nghỉ thì tính trả thêm 50% tiền công bình thường. Theo điều 61

luật chuẩn lao động thì quy định tính trả thêm tiền
(kéo dài, làm ngày nghỉ) không áp dụng cho công
nhân tu nghiệp làm trong ngành nông lâm, chăn
nuôi, thuỷ sản

라). 임금지급일 : 매월/매주 (   )요일, 다만,
임금지급일이 공유일인경우에는 전일에 지급한다

Ngày phát lương : hàng tháng/hàng tuần vào thứ ( ).
   Nếu ngày cấp lương trùng vào ngày nghỉ thì cấp
   vào ngày trước đó

마). 상여금   : (   )
   Tiền thưởng : (   )

*.상여금을별도로   지급하는   경우   그지급조건,
   지급금액 등을 기재할 것

Trường hợp cấp tiền thưởng riêng biệt thì sẽ ghi rõ
   nội dung cấp, số tiền cấp

바). 지급방법: 임금 및 수당은 B 에게 직접
   지불하거나 B 의 명의로 된예금통장에 입금한다

Phương pháp cấp: Tiền lương và phụ cấp trả trực tiếp
   cho B hoặc nhập vào sổ gửi tiền mang tên của B

6. 업무상재해보상: A 은 B 에 대해 산업재해보상보험에
   가입하여야하며 B 가 업무상 부상 또는 질병에 걸렸을
   경우   A   는   요양.휴업.장애.유족급여   등을
   받을수있도록 협조한다

Bồi thường tai nạn lao động : A cần phải làm thủ tục
   gia nhập bảo hiểm tai nạn cho B. Và khi B bị tai

nạn hoặc ốm đau do làm việc thì A phải giúp đỡ để B có thể nhận được chế độ an dưỡng.nghỉ việc.thương tật. Tiền trả cho gia đình vv..

7. 안전과 보건위생
An toàn và vệ sinh y tế

가) **A** 는 작업상 위험 또는 보건상 유해한 시설로부터 직원을 보호하기 위해 필요한조치를 취하며 **B** 는 자신의 건강유지 및 유해방지에 필요한 사항을 준수하여야한다

A phải áp dụng những biện pháp bảo vệ người lao động về sức khoẻ với những thiết bị có hại, về an toàn ơ nơi làm việc nguy hiểm.

나). **A** 는 **B** 의 채용시와 채용후 관계법령에 따라 건강진단을 실시하고 **A** 는 건강진단결과에 따라 **B** 에 대한보건상 또는 신분상 필요한 조치를 할수있으며 **B** 는 이에 따라야한다

Khi thuê và sau thuê, A Phải tiến hành khám sức khoẻ cho B. Trên cơ sở kết quả khám mà A áp dụng những biện pháp cần thiết bảo vệ sức khoẻ và thân thể cho B. B theo đó mà thực hiện

다). **A** 는 **B** 에 대한건강보험에 가입한다
A làm thủ tục gia nhập bảo hiểm y tế cho B

8. 휴가 기타 이 계약에 정함이 없는 사항은 근로기준법이 정하는 바에 의한다

Nghỉ phép hay những hạng mục khác không có trong bản hợp đồng này thì dựa theo luật chuẩn lao động đã định

9. 기타 사항 :

Các mục khác

200 년 월 일

(갑) 사업수 :　　　　　　　(서명 또는 인)

(A) Chủ xí nghiệp:　　　(Ký tên hoặc điểm chỉ)

(을)연수취업자　　　　　(서면 또는 인)

(B) Công nhân　　　　　(Ký tên hoặc điểm chỉ)

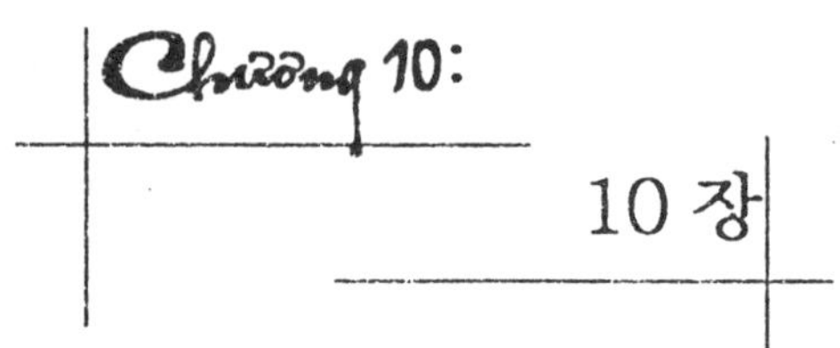

GIẢI TRÍ
오락

1. Trong quầy rượu
술집에서

❖ Tối nay cùng uống rượu với tôi chứ?
오늘밤 저와 함께 술을 마시겠습니까?
Ô nưl bam chơ oa hăm kê xu rưl ma xi kết xưm ni cá?

❖ Tốt thôi Cùng đi nào
좋습니다. 함께 갑시다.
Chốt xưm ni tà. Hăm kê cấp xi tà

❖ Ở Seoul nơi nổi tiếng uống rượu mà thoải mái nhất là ở đâu?
서울에서 편안하게 술을 마시기에 가장 유명한 곳은 어디입니까?
*Xơ u rê xơ phion an ha kê xu rưl ma xi **ki ê** ka chang du miơng han cô xưm ơ ti im **ni cá?***

❖ Thật ra thì rất nhiều quán rượu nổi tiếng vì thế khó mà nói được
사실 유명한 술집이 많이 있기 때문에 말하기 어렵습니다.
Xa xil du miơng han xul chi pi ma ni it ki te mu nê mal ha ki ơ riớp xưm ni tà

❖ Trên thế giới người Hàn Quốc uống rượu là thuộc loại nhiều
한국 사람들은 세계에서 술을 많이 먹는 편입니다.
Han cúc xa ram tư rưn xê kiê ê xơ xu rưl ma ni mọc nưn phion im ni tà

❖ Số nhiều công nhân viên công ty ở Hàn Quốc sau khi kết thúc công việc thường đi tới quán rượu
수많은 한국 회사원들은 일을 마친 후에 술집을 자주 갑니다.
Xu ma nưn Han cúc huê xa uơn tư rưn i rưl ma chin hu ê xul chi pưl cha chu căm ni tà

❖ Ở Hàn Quốc một chai rượu bao nhiêu tiền?
한국에서는 소주 한 병에 얼마입니까?
Han cu cê xơ nưn xô chu hăn biơng ê ơl ma im ni cá?

❖ Thường thì 2 ngàn, nhưng mà ở nhà ăn hay ở quán rượu thì đắt hơn nhiều
보통 2천원입니다. 그러나 음식점이나 술집에서는 훨씬 더 비쌉니다.
Bô thông i chơn uơn im ni tà. Cư rơ na ưm xíc chơm i na xul chi pê xơ nưn huơl xin tơ bi xăm ni tà

❖ Rượu sôchu trắng là rượu gì?
백소주란 무엇입니까?
Béc xô chu ran mu ơ xim ni cá?

❖ Là rượu truyền thống nổi tiếng nhất của người Hàn Quốc được làm bằng nhiều loại dược thảo
많은 약초로 빚은 가장 유명하고 전통적인 한국 술입니다.
Ma nưn iác chô rô bi chưn ca chang du miơng ha cô chơn thông chóc in han cúc xu rim ni tà.

❖ Độc tố có cao không?
도수가 높습니까?
Tô xu ca nốp xưm ni cá?

❖ Không có độc lắm
그렇지 않습니다
Cư rớt chi an xưm ni tà

❖ Khi uống rượu thì dùng đồ nhắm gì là hợp lý nhất?.
이 술에는 어떤 안주가 적당 합니까?
I xu rê nưn ơ tơn an chu ka chóc tang hăm ni cá?

❖ Tùy theo từng người mà đồ nhắm cũng khác
사람에 따라 안주가 다릅니다.
Xa ra mê ta ra an chu ka ta rưm ni tà

❖ Đại bộ phận người Hàn Quốc khi uống rượu thì thường ăn
thịt nướng
대부분 한국 사람들은 술을 먹을 때 삼겹살을
먹습니다.
*Te bu bun han cúc xa ram tư rưn xu rưl mơ cưl te
xam kiếp xa rưl mọc xưm ni tà*

❖ Thế thì chúng cũng gọi sôchu trắng và thịt nướng chứ?
그럼 우리도 백소주 하고 삼겹살을 먹을까요?
*Cư rơm u ri tô béc xô chu ha cô xam kiếp xa rưl
mơ cưl cả dô?*

2. Thể dục
운동

❖ Bạn có thích thể thao không?
당신은 운동을 좋아합니까?
Tang xi nưn un tông ưl chô a hăm ni cá?

❖ Vâng, ngày xưa xuýt chút nữa là tôi trở thành cầu thủ đá bóng rồi
예, 옛날에 축구선수가 될 뻔했습니다.
Dê, dết na rê chúc cu xơn xu ka tuêl bơn hét xưm ni tà

❖ Bạn thích môn thể thao nào?
당신은 무슨 운동을 좋아합니까?
Tang xi nưn mu xưn un tông ưl chô a hăm ni cá?

❖ Tôi thích bóng bàn
저는 탁구를 좋아합니다.
Chơ nưn thác cu rưl chô a hăm ni tà

❖ Anh có biết đánh bóng bàn không?
탁구를 칠 줄 아십니까?
Thác cu rưl chil chul a xim ni cá?

❖ Chúng ta đi đánh bóng bàn nào
탁구를 치러 갑시다
Thác cu rưl chi rơ cắp xi tà

❖ Sân vận động tổng hợp Seoul ở đâu nhỉ?
서울 종합 운동장은 어디에 있습니까?
Xơ ul chông hắp ừn tông chang ưn ơ ti ê ít xưm ni cá?

❖ Người Hàn Quốc thích nhất là môn thể thao gì?
한국 사람들은 무슨 운동을 제일 좋아합니까?
Han cúc xa ram tư rưn mu xưn ừn tông ưl chế il chô a hăm ni cá?

❖ Thích nhất là bóng chày
야구를 제일 좋아합니다.
Da cu rưl chế il chô a hăm ni tà

❖ Một đội bóng chày được cấu tạo bởi mấy người?
야구팀은 몇 명으로 구성됩니까?
Da cu thi mưn miớt miơng ư rô cu xơng tuêm ni cá?

❖ Một đội bóng chày được tạo thành từ 9 người
야구팀은 아홉 명으로 구성됩니다.
Da cu thi mưn a hớp miơng ư rô cu xơng tuêm ni tà

❖ Hôm qua có xem trận bóng đá giao hữu Hàn - Nhật không?
어제 한*일 친선 축구경기를 보셨습니까?
Ơ chê han il chin xơn chúc cu kiơng ki rưl bô xiớt xưm ni cá?*

❖ Hàn Quốc thắng Nhật Bản 2-1
한국팀이 일본 팀을 2 대 1 로 이겼습니다.
Han cúc thi mi il bôn thi mưl i te il lô i kiớt xưm ni tà

❖ Olympic năm 1988 được tổ chức ở seoul Hàn Quốc
1988 년 올림픽 경기는 한국의 수도 서울에서 열렸습니다.
Chơn cu béc phal xíp phal niơn ô lim bíc kiơng ki nưn han cúc ưi xơ u rê xơ dơ riớt xưm ni tà

❖ Đội bóng đá Hàn Quốc là một trong những đội mạnh nhất châu Á
한국축구팀은 아시아에서 가장 강한 팀들 중의 하나입니다.
Han cúc chúc cu thi mưn a xi a ê xơ ka chang kang han thim tưl chung ưi ha na im ni tà

❖ Tôi muốn học Tekwondo ở Hàn Quốc
  저는 한국에서 태권도를 배우고 싶습니다.
  *Chơ nưn han cu cê xơ the kươn tô rưl be u cô xíp
  xưm ni tà*

❖ Bạn tôi là giáo viên dạy Tekwondo để tôi giới thiệu cho anh
  제 친구가 태권도 선생이니까 소개시켜
  주겠습니다.
  *Chê chin cu ka the kươn tô xơn xeng i ni ca xô ke xi
  khiơ chu kết xưm ni tà*

3. Du lịch
여행

❖ Tuần sau tôi có kế hoạch nghỉ hè và đang có ý định đi du lịch
  다음주에 여름휴가를 계획하고 여행하려고 합니다.
  *Ta ưm chu ê dơ rưm hiu ka rưl kiê huyếc ha cô do
  heng ha riơ cô hăm ni tà*

❖ Anh định đi đâu?
  어디로 여행을 갑니까?
  Ơ ti rô dơ heng ưl căm ni cá?

❖ Tôi định đi đảo cheju
  제주도에 가려고 합니다.
  Chê chu tô ê ka riơ cô hăm ni tà

❖ Đi một mình à?
혼자서 여행합니까?
Hôn cha xơ dơ heng hăm ni cá?

❖ Không, tôi đi với người bạn Hàn Quốc
아니오, 한국 친구와 같이 갑니다.
A ni ồ, han cúc chin cu oa cát chi căm ni tà

❖ Đi du lịch bằng tàu lửa à?
기차로 여행합니까?
Ki cha rô dơ heng hăm ni cá?

❖ Tôi định đi bằng máy bay
비행기로 가려고 합니다.
Bi heng ki rô ka rơ cô hăm ni tà

❖ Mấy giờ thì máy bay xuất phát?
몇 시에 비행기가 출발합니까?
Miớt xi ê bi heng ki ca chul bal hăm ni cá?

❖ Máy bay 2 giờ rưỡi sẽ xuất phát
비행기는 두 시 반에 출발할 것입니다.
Bi heng ki nưn tu xi ba nê chul bal hal cơ xim ni tà

❖ Anh định ở đảo cheju bao lâu?
제주도에 얼마나 머무르실 예정입니까?
Chê chu tô ê ơl ma na mơ mu rư xil dê chơng im ni cá?

❖ Chúng tôi có dự định ở một tuần
우리는 약 일주일간 제주도에 머무르려고 합니다
*U ri nưn iác il chu il can chê chu tô ê mơ mu rư riơ
cô hăm ni tà*

❖ Từ Busan đi đảo Cheju bằng thuyền thì mất khoảng 5
  tiếng đồng hồ
  부산에서 제주도까지 가면 배로 약 다섯 시간이
  걸립니다.
  *Bu xan ê xơ chê chu tô ca chi ka miơn be rô íac ta
  xớt xi ca ni kơ lim ni tà*

❖ Ở gần Seoul có điểm du lịch nào đáng xem không?
  서울 근처에 가 볼만한 관광지가 있습니까?
  *Xơ ul cưn chơ ê ka bul man han koan koang chi ca
  ít xưm ni cá?*

❖ Làng dân tộc là địa điểm du lịch nổi tiếng ở gần Seoul
  민속촌은 서울 근처에 있는 유명한 관광지입니다.
  *Min xốc chô nưn xơ ul cưn chơ ê ít nưn du miơng
  han kuan koang chi im ni tà*

❖ Ở seoul chộ nào là đáng để đi nhất thế?
  서울에서 가장 가 볼만한 곳이 어디입니까?
  Xơ u rê xơ ka chang kal bul man han cô xi ơ ti im ni cá?

❖ Tôi nghĩ rằng cung Kyong Buk là nơi đáng để đi xem đấy
  경복궁이 가 볼만한 곳이라고 생각합니다.
  *Kiơng bốc cung i kal bul man han cô xi ra cô xeng
  các hăm ni tà*

❖ Đó là nơi như thế nào?
  그 곳은 어떤 곳입니까?
  Cư cô xưn ơ tơn cô xim ni cá?

❖ Đó là nơi ngày xưa vua chúa của Hàn Quốc đã từng sống
  그 곳은 옛날 한국의 왕조가 살던 곳입니다.
  *Cư cô xưn dếl nal han cúc ưi oang chô ka xal tơn
  cô xim ni tà*

4. Leo núi, Tản bộ
등산, 산책

❖ Leo núi rất tốt cho sức khỏe
  등산은 건강에 좋습니다
  Tưng xa nưn kơn kang ê chốt xưm ni tà

❖ Anh có thích leo núi không?.
  등산을 좋아합니까?
  Tưng xa nưl chô a hăm ni cá?

❖ Vâng, tôi rất thích leo núi
  예, 등산을 아주 좋아합니다.
  Dê, tưng xa nưl a chu chô a hăm ni tà

❖ Nếu thế thì chúng ta cùng đi leo núi nào
  그렇다면 함께 등산하러 갑시다
  Cư rớt ta mươn hăm kê tưng xan ha rơ cắp xi tà

❖ Đi đâu bây giờ?
  어디로 갈까요?
  Ơ ti rô kal cả dô?

❖ Đi núi Soracsan. Đó là một địa điểm rất tốt cho việc leo núi
  설악산으로 갑시다. 그곳은 등산하기에 좋은
  장소입니다.
  *Sơ rác xan ư rô cắp xi tà. Cư cô xưm tưng xan ha ki
  ê chô ưn chang xô im ni tà*

❖ Đi công viên sông Hàn thì thế naò nhỉ?
한강 공원으로 가는 것이 어떻습니까?
Han kang công ươn ư rô ka nưn cơ xi ơ tớt xưm ni cá?

❖ Tốt thôi. Thế thì đi đến đó nhé?
좋습니다. 그럼 그쪽으로 갈까요?
Chốt xưm ni tà. Cư rơm cư chô cư rô kal cả dô?

❖ Đi hướng nào nhỉ?
어느 방향으로 갈까요?
Ơ nư bang hiang ư rô kal cả dô?

❖ Đi đến Công viên sông hàn thì mất bao lâu?
한강 공원은 얼마나 걸립니까?
Han kang công ươ nưn ơl ma na kơ lim ni cá?

❖ Đi đến đó mất chừng 10 phút đi bộ
여기서 걸어서 10 분쯤 걸립니다.
Dơ ki xơ kơ rơ xơ xíp bun chưm kơl lim ni tà

❖ Đằng kia, cái toà nhà đằng kia tên là gì thế?
저기 저 빌딩의 이름이 무엇입니까?
Chơ ki chơ bil ting ưi i rư mi mu ơ xim ni cá?

❖ Tòa nhà 63 tầng. Tòa nhà đó là toà nhà cao nhất ở
Hàn Quốc đấy
63 빌딩입니다. 한국에서 제일 가장 높은
건물입니다.
*Dúc xam bil ting im ni tà. Han cu cê xơ chê il
ka chang nô phưn kơn mu rim ni tà*

❖ Một kiến trúc rất đẹp
  정말 아름다운 건축물입니다.
  Chơ mal a rưm ta un kơn chúc mu rim ni tà

❖ Ở Công viên sông Hàn nhiều người thật
  한강 공원에는 정말 사람이 많습니다
  *Han kang công ươn ê nưn chơng mal xa ra mi man
  xưm ni tà*

❖ Tôi hơi mệt rồi. Nghỉ một chút rồi chúng ta đi tiếp
  나는 약간 피곤합니다. 잠시 쉬었다가 가겠습니다
  *Na nưn iác can phi côn hăm ni tà. Cham xi xuy ớt
  ta ca ka kết xưm ni tà*

5. Kết bạn
사귀다

❖ Xin lỗi, tôi có thể ngồi ở đây được chứ?
  실례합니다. 여기 앉아도 될까요?
  Xi liê hăm ni tà. Dơ ki an cha tô tuêl cả dô?

❖ Vâng, xin mời ngồi. Anh là người nước nào thế?
  네, 앉으세요. 어느 나라 분이세요?
  Nê, an chư xê dồ. Ơ nư na ra bu ni xê dố?

❖ Tôi là người Việt Nam
  베트남 사람입니다.
  Bê thư nam xa ram im ni tà

❖ Năm 1970 tôi cũng đã đến Việt Nam
저는 1970 년 베트남에 갔다 왔어요
Chơ nưn chơn cu béc chil xíp nion bê thư nam ê cát ta oát xờ dồ

❖ Thế à, đi lính phải không?
그래요.. 군대로 갔다 왔습니까?
Cư re dồ. Cun te rô cát ta oát xưm ni cá?

❖ Vâng, thế anh đến Hàn Quốc làm gì?
예, 한국에 어떻게 왔습니까?
De, han cu cê ơ tớt kê oát xưm ni cá?

❖ Tôi đến Hàn Quốc để làm việc
저는 한국에 일하러 왔습니다.
Chơ nưn han cu cê il ha rơ oát xưm ni tà

❖ Bây giờ anh đang đi đâu thế?
지금 어디에 가는 길이십니까?
Chi cưm ơ ti ê ka nưn ki ri xim ni cá?

❖ Tôi đang trên đường trở về công ty
회사에 돌아가는 길입니다.
Huê xa ê tô ra ka nưn ki rim ni tà

❖ Công ty anh ở đâu?
회사는 어디에 있나요?
Huê xa nưn ơ ti ê ít nả dố?

❖ Ở Hapjơng. Thế ông đang đi đâu đấy?
합정동에 있습니다. 당신은 어디 가는 길이십니까?
Hắp chơng tông ê ít xưm ni tà. Tang xi nưn ơ ti ha nưn ki ri xim ni cá?

❖ Tôi đang định đi Sinchon. Thế ở Hàn quốc đã đi được những nơi nào rồi?

나는 신촌에 가려고 합니다. 한국에선 어디를 가 보셨나요?

Na nưn xin chô nê ka rơ cô hăm ni tà. Han cu cê xơn ơ ti rưl ka bô xiớt nà dô?

❖ Tôi cũng muốn đi đây đó nhưng bận qúa nên chưa đi được

여기, 저기 가고 싶은데 너무 바빠서 아직 못 가봤습니다.

Dơ ki, chơ ki ka cô xí phưn tê nơ mu ba ba xơ a chic mốt ca buát xưm ni tà

❖ Ở Hàn Quốc nếu đi du lịch, Hãy chỉ cho tôi biết đi nơi nào là tốt nhất

한국에 여행가면 좋은 곳이 어디인지 추천해 주세요

Han cu cê dơ heng ka miơn chô hưn cô xi ơ ti in chi chu chơn he chu xê dồ

❖ Tôi nghĩ rằng đi Chê Chu Tô thì rất tốt

제주도에 가면 좋을 거라고 생각됩니다.

Chê chu tô ê ka miơn chô ưl kơ ra cô xeng các tuêm ni tà

❖ Nếu có thời gian nhất định tôi sẽ đi thử một lần

시간이 되면 한번 꼭 가보겠습니다.

Xi ca ni tuê miơn hăn bơn cốc ka bô kết xưm ni tà

❖ Ô, đến ga Sinchon rồi, tôi đi trước nhé

오, 신촌역에 왔습니다. 저는 먼저 내립니다.

Ô, xin chôn iơ cê oát xưm ni tà. Chơ nưn mơn chơ ne rim ni tà.

❖ Sau này nếu có thời gian thì hãy đến Việt Nam một lần
  앞으로 시간이 나면 베트남에 가보세요.
  Á phư rô xi ca ni na miơn bê thư nam ê ca bô xê đồ

6. Giải trí
오락

❖ Sở thích của anh là gì?
  당신의 취미는 무엇입니까?
  Tang xin ưi chuy mi nưn mu ơ xim ni cá?

❖ Sở thích của tôi là bóng đá
  제 취미는 축구입니다
  Chê chuy mi nưn chúc cu im ni tà

❖ Anh thích nhất trò giải trí nào?
  당신은 어떤 오락을 좋아합니까?
  Tang xi nưn ơ tơn ô ra cưl chô a hăm ni cá?

❖ Tôi thích nhất là đi xem phim cùng bạn gái
  저는 여자친구와 영화 구경하러 가는 걸 좋아합니다.
  *Chơ nưn dơ cha chin cu oa iơng hoa cu kiơng ha
  rơ ka nưn kơl chô a hăm ni tà*

❖ Tôi thì bất cứ cái gì mà gọi là giải trí thì đều thích cả
  저는 오락적이기만 하면 무엇이나 다 좋아합니다.
  *Chơ nưn ô rác chơ ci ki man ha miơn mu ơ xi na ta
  chô a hăm ni tà*

❖ Tôi thích nhất là bơi lội vì thế rất thích đi ra biển

 저는 수영을 좋아하기 때문에 바다에 가기를
 좋아합니다.

 *Chơ nưn xu iơng ưl chô a ha ki tê mu nê ba ta ê ka
 ki rưl chô a hăm ni tà*

❖ Anh bơi giỏi chứ?

 수영을 잘하시나요?

 Xu iơng ưl chal ha xi na dố?

❖ Ngày mai chúng ta cùng đi hóng gió chứ?

 내일 함께 소풍을 갈까요?

 Ne il hăm kê xô phung ưl kal cả dố?

❖ Đi đâu bây giờ nhỉ?

 어디 가십니까?

 Ơ ti ka xim ni cá?

❖ Tôi đang định đi đến núi Bắc Hàn

 나는 북한산에 가려고 합니다.

 Na nưn búc han xa nê ka riơ cô hăm ni tà

❖ Nếu thế thì sáng mai vào lúc 10 giờ chúng ta gặp nhau ở
 ga Cun cha nhé

 그렇다면 내일 아침 10 시에 군자
 지하철역에서 만납시다.

 *Cư rớt ta miơn ne il a chim dơl xi ê cun cha chi ha
 chơl iớc ê xơ man nắp xi tà*

❖ Nhớ đừng quên là phải mang theo cặp lồng đấy
도시락을 가져오는 것을 잊지 마세요
Tô xi ra cưl ka chiơ ô nưn cơ xưl ích chi ma xê dồ

❖ Tôi sẽ mang theo nước uống
저는 물을 가져가겠습니다.
Chơ nưn mu rưl ka chiơ ka kết xưm ni tà

❖ À, Mà nhớ để leo núi thì mặc áo cũ và đi giày thường thôi
아, 등산을 위해서는 헌 옷과 편한 신발을 신으십시오
*A, tưng xa nưl uy he xơ nưn hơn ốt cua phiơn han
xin ba rưl xi nư xíp xi ô*

7. Chào về nước
출국인사

❖ Chào ông, ngày mai tôi về Việt Nam
내일 저는 베트남에 가겠습니다.
Ne il chơ nưn bê thư na mê ca kết xưm ni tà

❖ Tuần sau tôi về Việt Nam
다음주에 저는 베트남에 가겠습니다
Ta ưm chu ê chơ nưn bê thư na mê ca kết xưm ni tà

❖ Cảm ơn đã giúp đỡ tôi nhiều trong thời gian qua
그 동안에 많이 도와주셔서 감사 말씀 드립니다.
*Cư tông a nê ma ni tô oa chu xiơ xơ cam xa mal
xưm tư rim ni tà*

❖ Trong thời gian qua nếu tôi có gì sai sót mong hãy bỏ qua cho
  그 동안에 잘 못 한 것 있으면 넘겨주시기 바랍니다.
  *Cư tông a nê chal mốt han cớt ít xư miơn nơm kiơ
  chu xi ki ba răm ni tà*

❖ Nhờ sự quan tâm của ông mà tôi đã có thể làm hết hợp đồng
  당신의 관심으로 저는 만기까지 근무할 수
  있었습니다.
  *Tang xin ưi coan xi mư rô chơ nưn man ki ca chi
  cưn mu hal xu ít xớt xưm ni tà.*

❖ Tôi thật may mắn khi đã được làm việc cùng ông
  저는 운이 좋아서 당신과 같이 근무하게 되었습니다.
  *Chơ nưn u ni chô a xơ tang xin cua cát chi cừm mu
  ha kê tuê ớt xưm ni tà*

❖ Tôi đã có rất nhiều kỷ niệm trong thời gian ở Hàn Quốc
  저는 한국에서 추억이 많이 있습니다.
  Chơ nưn han cu cê xơ chu ơ ci ma ni ít xưm ni tà

❖ Tôi đã học được rất nhiều điều tốt từ ông
  저는 당신의 좋은 점을 많이 배웠습니다
  *Chơ nưn tang xin ưi chô hưn chơ mưl ma ni be uớt
  xưm ni tà*

❖ Nhờ vào sự giúp đỡ của ông mà tôi đã an tâm làm việc
  당신의 관심 덕분에 저는 안심하게 근무했습니다.
  *Tang xin ưi coan xim tớc bu nê chơ nưn an xim ha
  kê cưn mu hét xưm ni tà*

❖ Tôi rất mãn nguyện khi được làm việc cùng ông
당신과 같이 근무하게 되어 아주 만족합니다.
*Tang xin coa cát chi cừn mu ha kê tuê ơ a chu man
chốc hăm ni tà*

❖ Dù có về Việt Nam tôi cũng không quên được những người
ở đây
베트남에 돌아가도 여러분을 잊을 수 없다고
생각합니다.
*Bê thư na mê tô ra ca tô dơ rơ bu nưl i chul xu ợp
ta cô xeng các hăm ni tà*

❖ Mong ông hãy bỏ qua những sai sót, hãy chỉ giữ lại những gì
tốt đẹp cho nhé
잘 못 한 것은 넘겨주시고 좋은 점만 생각해주세요
*Chal mốt han cơ xưn nơm kiơ chu xi cô chô hưn
chơm man xeng các he chu xê dồ*

❖ Nếu có thời gian hãy đến Việt Nam chơi nhé
시간이 나면 베트남에 놀러 오세요
Xi ca ni na miơn bê thư na mê nô lơ ô xê dồ

❖ Nếu đến Việt Nam hãy liên lạc cho tôi
베트남에 오시면 저에게 연락해주세요
Bê thư na mê ô xi miơn chơ ê kê iơn lác he chu xê dồ

❖ Nếu quay trở lại Hàn Quốc tôi sẽ liên lạc với ông
한국에 다시 오면 연락 드리겠습니다.
Han cu cê ta xi ô miơn iơn lác tư ri kết xưm ni tà

❖ Mong ông hãy giúp đỡ những người Việt Nam còn lại
  남아있는 베트남사람들을 많이 도와주기 바랍니다.
  *Na ma ít num bê thư nam tư rum ma ni tô oa chu ki
  ba răm ni tà*

❖ Cầu chúc ông luôn hạnh phúc và mạnh khoẻ
  항상 행복하시고 건강을 기원합니다.
  *Hang xang heng bốc ha xi cô kơn cang ưl ki uôn
  hăm ni tà*

❖ Cầu chúc cho qúy công ty ngày càng phát triển.
  귀사의 무궁한 발전을 기원합니다.
  Cuy xa ưi mu cưng han bal chơ mưl ki uôn hăm ni tà

❖ Cầu chúc cho ông vạn sự như ý
  만사형통을 기원합니다.
  Man xa hiơng thông ưl ki uôn hăm ni tà.

8. Phần từ mới liên quan
관련단어

Uống	마시다	*Ma xi tà*
Bình an	편안하다	*Phiơng an ha tà*
Nổi tiếng	유명하다	*Du miơng hà tà*
Sự thật	사실	*Xa xil*

Công nhân viên	회사원	*Huê xa ươn*
Quầy rượu	술집	*Xul chip*
Thường xuyên	자주	*Cha chu*
Rượu Sôchu trắng	백소주	*Béc sô chu*
Dược thảo	약초	*Iác chô*
Tính truyền thống	전통적	*Chơn thông chốc*
Thích hợp	적당하다	*Chốc tang ha tà*
Đại bộ phận	대부분	*Te bu bun*
Thịt nướng	삼겹살	*Xam kiếp xal*
Thể thao	운동	*Un tông*
Bóng bàn	탁구	*Thác cu*
Sân vận động tổng hợp	종합 운동장	*Chông hắp*
Bóng chày	야구	*Da cu*
Bi da	당구	*Tang cu*
Bóng rổ	농구	*Nông cu*
Bóng đá	축구	*Chúc cu*
Cấu thành	구성	*Cu xơng*
Giao hữu	친선	*Chin xơn*
Teakwondo	태권도	*Te kươn đô*
Học	배우다	*Be u tà*
Giới thiệu	소개하다	*Xô ke ha tà*
Kế hoạch	계획	*Kiê huếc*
Xuất phát	출발하다	*Chul bal ha tà*

Dự tính	예정	*Dê chơng*
Đất du lịch	관광지	*Kuan kuang chi*
Làng dân tộc	민속촌	*Min xốc chôn*
Vua chúa	왕조	*Oang chô*
Tản bộ	산책	*Xan chéc*
Công viên	공원	*Công ươn*
Phương hướng	방향	*Bang hiang*
Tòa nhà	건물	*Kơn mul*
Kiến trúc	건축	*Kơn chúc*
Kết bạn	사귀다	*Xa quy tà*
Tiến cử	추천하다	*Chu chơn ha tà*
Giải trí	오락	*Ô rác*
Sở thích	취미	*Chuy mi*
Giúp đỡ	돕다	*Tốp tà*
Quan tâm	관심	*Coan xim*
Vượt qua	넘다	*Nơm tà*
Học	배우다	*Be u tà*
Mãn nguyện	만족하다	*Man chốc ha tà*
Quên	잊다	*Ích tà*
Đến chơi	놀러 오다	*Nô lơ ô tà*
Liên lạc	연락하다	*Iơn lác ha tà*
Còn lại	남다	*Nam tà*
Phát triển	발전하다	*Phal chơl ha tà*

Câu mong	기원하다	*Ki ươn ha tà*
An tâm	안심하다	*An xim ha tà*
Cặp lồng	도시락	*Tô xi rác*
Núi Bắc Hàn	북한산	*Búc han san*
Leo núi	등산	*Tưng xan*
Bơi lội	수영	*Xu iơng*
Bận rộn	바쁘다	*Ba bư tà*
Đất nước	나라	*Na ra*
Mệt mỏi	피곤하다	*Phi côn ha tà*
Cao	높다	*Nốp tà*
Thấp	낮다	*Nát tà*
Phương hướng	방향	*Bang hiang*
Ngày xưa	옛날	*Diết nal*
Nghỉ hè	여름휴가	*Dơ rưm hiu ca*
Nói chuyện	애기하다	*De ki ha tà*
Uống	마시다	*Ma xi tà*
Về nước	귀국하다	*Cuy cúc ha tà*
Thắc mắc	궁금하다	*Cưng cưm ha tà*
Dọn dẹp	청소하다	*Chơng xô ha tà*
Duy trì	유지하다	*Du chi ha tà*
Thành công	성공	*Xơng công*
Hiểu lầm	오해	*Ô he*
Hy sinh	희생	*Hưi xeng*

Bỏ thuốc	담배를 끊다	*Tam be rưl cưn tà*
Tham gia	참석하다	*Cham xớc ha tà*
Khó	어렵다	*Ơ riớp tà*
Dễ	쉽다	*Xuýp tà*
Không liên quan	상관 없다	*Xang coan ợp tà*

9. Một số mẫu câu cơ bản
기본 문형

1. ---고 있다 --- Đang...

❖ Bây giờ tôi đang làm việc
지금 일을 하고 있습니다.
Chi cưm i rưl ha cô ít xưm ni tà

❖ Đang làm thì thế?
무엇을 하고 있습니까?
Mu ơ xưl ha cô ít xưm ni cá?

❖ Cô ấy đang nói chuyện với các bạn
그녀가 친구들하고 애기하고 있습니다.
Cư nơ ca chin cu tưl ha cô ie ki ha cô ít xưm ni tà

❖ Bây giờ cô ấy đang làm gì nhỉ?
그녀는 지금 뭐하고 있어?
Cư nơ nưn chi cưm mua ha cô ít xơ?

❖ Tôi đang ở trong phòng chờ điện thoại của bạn
저는 방에서 친구의 전화를 기다리고 있습니다.
*Chơ nưn bang ê xơ chin cu ưi chơn hoa rưl ki ta ri
cô ít xưm ni tà*

2. --고싶다--- : Muốn

❖ Tôi muốn sống tại đây
저는 여기 살고 싶습니다.
Chơ nưn yơ ki xal cô xíp xưm ni tà

❖ Hôm nay tôi không muốn làm việc
오늘은 일하고 싶지 않아요
Ô nư rưn il ha cô xíp chi a na dồ

❖ Bạn muốn uống cái gì?
무엇을 마시고 싶습니까?
Mu ơ xưl ma xi cô xíp xưm ni cá?

❖ Tôi muốn gặp anh vào ngày mai
내일 당신을 만나고 싶습니다.
Ne il tang xi nưl man na cô xíp xưm ni tà

❖ Hôm nay tôi muốn ở KTX nghỉ ngơi.
저는 오늘 기숙사에서 쉬고 싶습니다.
Chơ nưn ô nưl ki xúc xa ê xơ xuy cô xíp xưm ni tà

3. --- 기 때문에 --- **Bởi vì ....nên...**

❖ Vì đau đầu nên tôi sẽ ở nhà nghỉ
   두통 때문에 집에서 쉬겠습니다.
   Tu thông te mu nê chi pê xơ xuy kết xưm ni tà

❖ Vì trong phòng lạnh nên tôi đã đóng cửa
   방이 추웠기 때문에 문을 닫았어요.
   Bang i chu uớt ki te mu nê mu nưl ta tát xờ dồ

❖ Bởi vì mệt nên tôi muốn ở nhà nghỉ
   피곤하기 때문에 집에서 쉬고 싶습니다.
   Phi côn ha ki te mu nê chi pê xơ xuy cô xíp xưm ni tà

❖ Hôm nay vì bận qúa nên tôi không thể đến thăm ông ấy được.
   오늘은 너무 바쁘기 때문에 그를 방문하지
   못합니다.
   *Ô nư rưn nơ mu ba bư ki te mu nê cư rưl bang mun
   ha chi mốt hăm ni tà*

❖ Vì bạn về nước nên tôi phải ra sân bay.
   친구는 귀국하기 때문에 공항에 나가야 합니다.
   *Chin cu nưn kuy cúc ha ki te mu nê công hang ê na
   ca da hăm ni tà*

4. --- 기 전에 --- **Trước khi..**

❖ Chúng ta hãy đi về nhà trước khi tuyết rơi
   눈이 오기 전에 집에 갑시다.
   Nu ni ô ki chơ nê chi pê cắp xi tà

❖ Trước khi ăn sáng cậu đã làm gì?
아침을 먹기 전에 뭐했어?
A chi mưl mợc ki chơ nê mua hét xơ?

❖ Trước khi đi ngủ phải đánh răng
자기 전에 이를 닦으세요.
Cha ki chơ nê i rưl tác cư xê dồ

❖ Trước khi về nhà hãy ghé nhà chúng tôi
집에 돌아가기 전에 우리 집에 들르세요.
Chí pê tô ra ca ki chơ nê u ri chi pê tư lư xê iô

❖ Trước khi đến Hàn Quốc tôi đã kết hôn.
한국에 오기 전에 결혼 했어요.
Han cu cê ô ki chơ nê kiêl rôn hét xờ dồ

5. ---....ㄴ 후에--- Sau khi...

❖ Học xong chúng ta sẽ làm cái gì nhỉ?
수업이 끝난 후에 무엇을 할까요?
Xu ơ pi cứt nan hu ê mu ơ xư hal cả dô?

❖ Sau khi ăn cơm xong ông sẽ đi đâu?
식사한 후에 어디에 가겠어요?
Xíc xa han hu ê ơ ti ê ca kết xờ dố?

❖ Sau khi gặp bạn tôi đã đi về nhà
친구를 만난 후에 집에 갔어요
Chin cu rưl man nan hu ê chí pê cát xờ dồ

❖ Sau khi nghe giải thích mỗi thắc mắc đã được giải quyết
  설명을 듣고난 후에 궁금한 점이 풀렸습니다.
  *Xơl miơng ưl tựt cô nan hu ê cung cưm han chơ mi
  phu liớt xưm ni tà*

❖ Sau khi công việc kết thúc hãy dọn vệ sinh
  일이 끝난 후에 청소하세요
  I ri cứt nan hu ê chơng xô ha xê dồ

6. ---..ㄴ지...되다---.
Tính từ... đã được

❖ Tôi đã đến Hàn Quốc được 3 tháng
  한국에 온지 3 개월이 되었습니다.
  Han cu cê ôn chi xam ke uô ri tuê ớt xưm ni tà

❖ Anh ta nhập viện cũng đã được một tuần rồi
  그 분이 병원에 입원한지 일 주일이 되었습니다.
  *Cư bu ni biơng uô nê íp uôn han chi il chu i ri tuê
  ớt xưm ni tà*

❖ Kể từ khi vào làm ở nhà máy đến nay đã được 9 tháng rồi
  입사한지 9 개월이 되었습니다.
  Íp xa han chi cu ke uô ri tuê ớt xưm ni tà

❖ Nhà này sửa cũng được 10 năm rồi
  이 집을 수리한지 10 년 되었습니다.
  I chi pưl xu ri han chi xíp niơn tuê ớt xưm ni tà

❖ Bạn đến Hàn Quốc được bao lâu rồi?
한국에 온지 얼마 되었어요?
Han cu cê ôn chi ơi ma tuê ớt xờ dố?

7. Danh/ Đại từ 대신에 ...thay cho/ Không phải ...mà là..

❖ Hãy đưa cho tôi cái kia thay vì cái này
이것 대신 저것을 주세요.
I cớt te xin chơ kơ xưl chu xê dồ

❖ Hãy đi thay tôi
저 대신 가세요
Chơ te xin ka xê dồ

❖ Tôi sẽ uống trà thay cho café
커피 대신 차를 마시겠어요
Khơ phi te xin cha rưl ma xi kết xờ dồ

❖ Ngày mai anh hãy làm việc thay cho tôi
내일에 저 대신 일을 해주세요
Ne i rê chơ te xin i rưl he chu xê dồ

❖ Thay cho việc trực tiếp đi ông ấy đã nhờ bạn
그는 직접 가는 대신 친구를 부탁했습니다.
Cư nưn chích chớp ka nưn te xin chin cu rưl bu thác hét xưm ni tà

8.   ---니 까--- ... Bởi vì, cho nên...

❖ Vì mệt nên không thể đi được
   피곤하니까 못 갑니다.
   Phi côn ha ni ca mốt căm ni tà

❖ Bây giờ bận nên ngày mai hãy đến
   지금 바쁘니까 내일 오세요
   Chi cưm ba bư ni ca ne il ô xê dồ

❖ Bởi vì là nhân viên nên phải làm việc tích cực
   직원이니까 일을 열심히 해야 합니다.
   Chíc uôn i ni ca i rưl dơl xim hi he da hăm ni tà

❖ Vì thời gian không còn nữa nên chúng ta hãy đi nhanh lên
   시간이 없으니까 빨리 갑시다.
   Xi ca ni ọp xư ni ca ba li cắp xi tà

❖ Vì trời mưa nên tôi đã đi làm trễ
   비가 오니까 회사에 지각했습니다.
   Bi ca ô ni ca huê xa ê chi các hét xưm ni tà

9.---면----Nếu...

❖ Nếu buồn ngủ hãy đi ngủ đi
   졸리면 자세요
   Chô li miơn cha xê dồ

❖ Anh có thể gặp được họ nếu anh đi bây giờ
  지금 가시면 그분을 만날 수 있습니다.
  Chi cưm ca xi mơn cư bu nưl man nal xu ít xưm ni tà

❖ Nếu ngày mai trời không mưa tôi sẽ đi biển
  내일 비가 안 오면 바다에 가겠어요
  Ne il bi ca an ô mơn ba ta ê ka kết xờ dồ

❖ Hãy gọi điện thoại cho tôi nếu năm tới anh trở lại đây
  내년에 오시면 전화 하세요.
  Ne nơ nê ô xi mơn chơn hoa ha xê dồ

❖ Nếu cho tôi một cơ hội tôi sẽ làm việc tích cực hơn
  기회를 한번 주시면 더 열심히 하겠습니다.
  Ki huê rưl hăn bơn chu xi mơn tơ dơl xim hi ha kết
  xưm ni tà

10. ---려면---Nếu muốn

❖ Nếu muốn sáng mai dậy sớm thì bây giờ phải đi ngủ
  아침에 일찍 일어나려면 지금 자야 해요.
  A chi mê il chích i rơ na rơ mơn chi cưm cha da he dồ

❖ Nếu muốn luôn khỏe mạnh thì phải tập thể dục đều đặn
  건강을 유지하려면 적당한 운동을 해야 합니다.
  Kơn kang ưl du chi ha rơ mơn chốc tác han un
  tông ưl he da hăm ni tà

❖ Nếu muốn thành công thì phải luôn luôn cố gắng
  성공 하려면 항상 열심히 해야 합니다.
  Xơng công ha rơ mơn hang xang dơl xim hi he da
  hăm ni tà

❖ Nếu không muốn bị hiểu lầm thì hãy nói sự thật
오해를 받지 않으려면 사실을 얘기해야 합니다.
Ô he rưl bát chi a nư riơ miơn xa xi rưl de ki he da hăm ni tà

❖ Nếu muốn có hạnh phúc thì phải biết hy sinh
행복이 있으려면 희생해야 합니다
Heng bô ci ít xư riơ miơn hưi xeng he da hăm ni tà

11.---려고하다---Đang có ý định / Định làm gì...

❖ Anh định tiêu tiền này ở đâu?
이 돈을 어디에 쓰려고 합니까?
I tô nưl ơ ti ê xư riơ cô hăm ni cá?

❖ Ngày mai bạn định làm gì?
내일 뭘 하려고 합니까?
Ne il mươl ha riơ cô hăm ni cá?

❖ Tôi đang định bỏ thuốc
담배를 끊으려고 해요
Tam be rưl cư nư riơ cô he dỗ

❖ Ngày hôm qua tôi đã định nghỉ ở nhà
어제 집에서 쉬려고 했습니다.
Ơ chê chi pê xơ xuy riơ cô hét xưm ni tà

❖ Tôi định tới bệnh viện vì tôi đau đầu.
머리가 아파서 병원에 가려고 합니다.
Mơ ri ka a pha xơ biơng uô nê ka riơ cô hăm ni tà

12. ---ㄹ 수 있다. Có thể ...

❖ Nước này có thể uống được không?
  이 물을 마실 수 있어요?
  I mu rưl ma xil xu ít xờ dố?

❖ Bây giờ tôi có thể đi về nhà được chứ?
  지금 집에 갈수 있어?
  Chi cưm chi pê kal xu ít xơ?

❖ Chiều này tôi có thể tham gia hội nghị được chứ?
  오늘 오후에 회의에 참석할 수 있어요?
  Ô nul ô hu ê huê ưi ê cham xóc hal xu ít xơ dố?

❖ Sáng nay có thể nghỉ ở nhà
  오늘 아침에는 집에서 쉴 수 있어요
  Ô nưl a chi mê nưn chi pê xơ xuyl xu ít xờ dồ

❖ Nếu không có tiền có thể đi được không?
  돈이 없으면 갈 수 있어요?
  Tô ni ợp xư miơng kal xu ít xờ dố?

13. ---ㄹ 수 없다. Không thể ...

❖ Cái này không thể ăn được
  이 것은 먹을 수 없습니다
  I cơ xưn mơ cưl xu ợp xưm ni tà

❖ Ngôi nhà này không thể bán được
이 집을 팔 수 없어요.
I chi pul phal xu ợp xờ dồ

❖ Tôi rất là mệt nên hôm nay không thể làm việc được
너무 피곤해서 오늘은 일을 할 수 없습니다.
Nơ mu phi côn he xơ ô nư rưn i rưl hal xu ợp xưm ni tà

❖ Nhanh qúa tôi không thể làm được
너무 빨라서 할 수 없습니다.
Nơ mu ba la xơ hal xu ợp xưm ni tà

❖ Ồn ào qúa nên tôi không thể ngủ được
너무 시끄러워서 잠을 잘 수 없습니다.
Nơ mu xi cư rơ ươ xơ cha mưl chal xu ợp xưm ni tà

14. ---ㄹ 때----Khi, lúc...

❖ Lúc tôi nghèo anh ấy đã giúp tôi
제가 가난했을 때 저를 도와주었어요.
Chê ca ca nan hét xư te chơ rưl tô oa chu ớt xờ dồ

❖ Lúc nào máy bị hư thì hãy gọi quản lý
기계가 고장났을 때 관리를 부르세요
Ki kiê ca cô chang nát xưl te coan li rưl bu rư xê dồ

❖ Lúc ăn cơm thì hãy yên lặng
식사할 때 조용히 하세요
Xíc xa hal te chô iông hi ha xê dồ

❖ Lúc nào cần thì hãy gọi tôi
필요할 때 저를 부르세요
Phi riô hal te chơ rưl bu rư xê dồ

❖ Khi nào về đến nhà thì hãy gọi điện thoại cho tôi
집에 도착할 때 저에게 전화하세요
Chí pê tô chác hal te chơ ê kê chơn hoa ha xê dồ

15. ---든지.....든지---Cho dù....

❖ Dù lạnh hay nóng tôi cũng sẽ đi
춥든지 덥든지 가겠어요
Chúp tưn chi tợp tưn chi ca kết xờ dồ

❖ Dù có mệt hay không mệt tôi cũng phải làm xong việc này
피곤하든지 안 하든지 이 일을 다 끝내야 합니다.
Phi côn ha tưn chi an tưn chi i i rưl ta cứt ne da hăm ni tà

❖ Dù tiếng Hàn Quốc khó hay dễ tôi cũng muốn học
한국말이 어렵든지 쉽든지 배우고 싶어요
*Han cúc ma ri ơ riớp tưn chi xuíp tưn chi be u cô
xi phờ dồ*

❖ Anh có làm việc hay không làm việc cũng không liên quan gì
일을 하든지 안 하든지 상관 없습니다.
I rưl ha tưn chi an ha từm chi xang coan ợp xưm ni tà

❖ Dù thích hay không thích thì cũng phải làm
좋아하든지 안 하든지 해야 합니다.
Chô a ha tưn chi an ha từm chi he da hăm ni tà

16. ---지 마세요---Đừng, hãy đừng...

* Đừng hút thuốc nữa
  담배를 피우지 마세요
  Tam be rưl phi u chi ma xê dồ

* Anh đừng có đứng đây
  여기에 있지 마세요
  Dơ ki ê ít chi ma xê dồ

* Đừng có uống qúa nhiều café
  커피를 많이 마시지 마세요
  Khơ phi rưl ma ni ma xi chi ma xê dồ

* Đừng có lười
  게으름을 피우지 마세요
  Kê ư rư mưl phi u chi ma xê dồ

* Đừng có nói như thế.
  그렇게 말하지 마세요.
  Cư rớt kê mal ha chi ma xê dồ

17. ----보다---Hơn cái gì...(so sánh)

* Cái này đắt hơn cái kia
  이것이 저것보다 비싸요
  I cơ xi chơ cớt bô ta bi xa dồ

❖ Người em to hơn người anh nhiều
동생은 형보다 키가 많이 큽니다.
Tông xeng ưn hiơng bô ta khi ca ma ni khưm ni tà

❖ Trong công ty chúng ta cô ấy luôn làm việc tích cực hơn
bất cứ ai
우리회사에서 그녀는 누구보다 항상 일을
열심히 합니다.
*U ri huê xa ê xơ cư niơ nưn nu cu bô ta hang xang
i rưl dơl xim hi hăm ni tà*

❖ Tiếng Trung quốc khó hơn tiếng Nhật bản
중국어가 일본어 보다 어렵습니다.
Chung cu cơ ka il bô nơ bô ta ơ riớp xưm ni tà

❖ Cô ấy đẹp hơn bất kỳ một ai.
그녀는 누구보다 아름답습니다.
Cư niơ nưn nu cu bô ta a rưm táp xưm ni tà

18. 아무리—아도/어도---Cho dù

❖ Dù có bận mấy cũng phải tới đây trước 3 giờ
아무리 바빠도 세시까지 여기에 오세요
A mu ri ba ba tô xê xi ca chi dơ ki ê ô xê dỏ

❖ Dù có mệt tới mấy cũng phải hoàn thành công việc này
아무리 피곤해도 이 일을 끝내세요.
A mu ri phi côn he tô i i rưl cứt ne xê dỏ

❖ Dù có giỏi thế nào đi chăng nữa cũng phải luôn luôn cố gắng
아무리 잘해도 항상 열심히 해야 합니다.
A mu ri chal he tô hang xang dơl xím hi he da hăm ni tà

❖ Dù có khó khăn tới đâu cũng phải làm
아무리 어려워도 해야 합니다.
A mu ri ơ riơ uơ tô he da hăm ni tà

❖ Dù có xa thế nào cũng phải đi.
아무리 멀어도 가야 합니다.
A mu ri mơ rơ tô ka da hăm ni tà

19.----아야/어야 하다. ----Phải....

❖ Tôi phải về nhà ngay bây giờ
지금 집에 가야 합니다.
Chi cưm chi pê ca da hăm ni tà

❖ Ngày mai tôi sẽ phải đi sớm vì thế mong ông hãy yên lặng cho
내일 일찍 가야 하니까 조용히 해주십시오
Ne il il chích ca da ha ni ca chô iông hi he chu xíp xi ô

❖ Cô ấy phải dậy sớm vào buổi sáng.
그녀는 아침에 일찍 일어나야 합니다
Cư niơ nưn a chi mê il chic i rơ na da hăm ni tà

❖ Bây giờ tôi phải điện thoại cho anh ta
그분에게 지금 전화를 해야 합니다.
Cư bu nê kê chi cưm chơn hoa rưl he da hăm ni tà

❖ Anh phải đi ngủ sớm.
일찍 주무셔야 합니다.
Il chích chu mu xiơ da hăm ni tà

20. ---면서---Vừa...vừa..

❖ Đừng có vừa làm việc vừa nghe điện thoại
일을 하면서 전화를 하지 마세요.
I rưl ha miơn xơ chơn hoa rưl ha chi ma xê dồ

❖ Vừa nói chuyện vừa hút thuốc
이야기하면서 담배를 피웠어요.
I da ki ha miơng xơ tam be rưl phi uớt xờ dồ

❖ Đứa bé cười khi đang xem tivi
아이가 웃으면서 텔레비전 를 보고 있었어요.
A i ka u xư miơng xơ thê lê bi chơn rưl bô cô ít xớt xờ dồ

❖ Đừa có vừa làm việc vừa ngủ gật
일 하면서 졸지 마세요.
Il ha miơn xơ chôl chi ma xê dồ

❖ Tôi vừa học tiếng Hàn vừa làm việc ở công ty.
저는 회사에서 일을 하면서 한국어를 공부합니다.
Chơ nưn huê xa ê xơ i rưl ha miơn xơ han cu cơ
rưl công bu hăm ni tà.

CÁC ĐỘNG TỪ ĐẶC BIỆT CẦN CHÚ Ý

1. Các động từ kết thúc bằng ㄹ

Biết	알다	알아요	아세요	압니다.
Chơi	놀다	놀아요	노세요	놉니다.
Sống	살다	살아요	사세요	삽니다.
Quay	돌다	돌아요	도세요	돕니다.
Xin	빌다	빌어요	버세요	법니다.
Đẩy	밀다	밀어요	미세요	밉니다.
Bán	팔다	팔아요	파세요	팝니다.
Mở	열다	열어요	여세요	엽니다.

2. Các động từ kết thúc bằng 르

Chảy	흐르다	흘러요	흘렀어요	흐르겠어요
Không biết	모르다	몰아요	몰랐어요	모르겠어요
Gọi	부르다	불어요	불렀어요	부르겠어요
Chặt	자르다	잘라요	잘랐어요	자르겠어요
Nuôi	기르다	길러요	길렀어요	기르겠어요
Nhanh	빠르다	빨라요	빨랐어요	빠르겠어요
Khô	마르다	말라요	말랐어요	마르겠어요
Bôi	바르다	발라요	발랐어요	바르겠어요.

3. Các động từ kết thúc bằng ㅂ

Nhớ	그립다	그리워요	그리운
Đẹp	곱다	고와요	고운
Nóng	덥다	(더워요	더운
Cay	맵다	매워요	매운
Ghét	밉다	미워요	미운
Dễ	쉽다	쉬워요	쉬운
Nhạt	싱겹다	싱거워요	싱거운
Khó	어렵다	려워요	어려운
Lạnh	춥다	추워요	추운.

4. Các trạng từ kết thúc bằng 히

Thông minh	뚝뚝히
Hoàn toàn	완전히
Đầy đủ	넉넉히
Im lặng	조용히
Quả cảm	과감히
Lặng lẽ	묵묵히
Nghiêm ngặt	엄숙히
Thân thiện	친절히
Chính chắn	정숙히
Dũng cảm	용감히

Bình tĩnh   침착히

Giản đơn   간단히

Vô sự   무사히

Ngoan ngoãn   순순히

Triệt để   철저히

Thần tốc   신속히

Gần gũi   면밀히

Kín đáo   은밀히

Trưởng thành   조속히

Chắc chắn.   단호히

Chúc các bạn vạn sự như ý.
만사형통을 기원합니다.

베트남 근로자를 위한 한국어

초판 2쇄 인쇄 2018년 1월 18일
초판 2쇄 발행 2018년 1월 26일

지은이 레휘콰
펴낸이 서덕일
펴낸곳 글로벌어학사
출판등록 1962. 7. 12. 제 2-110호
주소 경기도 파주시 회동길 366(10881)
전화 02) 499-1281~2   팩스 02) 499-1283

이 책은 저작권법에 의해 보호를 받는 저작물이므로 무단 복제·전재·발췌할 수 없습니다.
잘못된 책은 구입하신 곳에서 교환해 드립니다.

ISBN 978-89-7482-631-4 (13790)
값 14,000원